AF759059

ആർദ്രസമുദ്രം

Aardrasamudram
Poems

Ezhacheri Ramachandran

CHINTHA PUBLISHERS
Thiruvananthapuram

First Edition
October 2009

Second Impression
January 2021

Third Impression
February 2022

Published & Typesetting
Chintha Publishers, Thiruvananthapuram

Printed at
Repro India Ltd. Mumbai

Cover Design
Blackmole

ISBN : 978-81-26203-45-1

CO - 1351 / 5875

Email: chinthapublishers@gmail.com
Website: www.chinthapublishers.com

A version is available at National Libraries
Kolkata, Mumbai, Chennai and Delhi

Distribution
DESHABHIMANI BOOKHOUSE
H O Thiruvananthapuram 695035

Branch
Head Office Kunnukuzhi • Statue Thiruvananthapuram
KSRTC Bus Terminal Thampanoor • Saphalyam Complex Thiruvananthapuram
KSRTC Bus Station Alappuzha • KSRTC Bus Station Ernakulam
Machingal Lane Thrissur • IG Road Kozhikode
Mavoor Road Kozhikode • NGO Union Building Kannur
Central Bus Terminal Complex Thavakkara Kannur

ആർദ്രസമുദ്രം

ഏഴാച്ചേരി രാമചന്ദ്രൻ

ചിന്ത പബ്ലിഷേഴ്സ്
തിരുവനന്തപുരം-695 035

ഏഴാച്ചേരി രാമചന്ദ്രൻ

മീനച്ചിൽ താലൂക്കിലെ ഏഴാച്ചേരി ഗ്രാമത്തിൽ ജനിച്ചു. *ദേശാഭിമാനി* ദിനപത്രത്തിൽ എഡിറ്ററായിരുന്നു. സാഹിത്യപ്രവർത്തക സഹകരണ സംഘം പ്രസിഡന്റ്. ദേശാഭിമാനി സ്റ്റഡിസർക്കിൾ, പുരോഗമന കലാ-സാഹിത്യസംഘം ഇവയിൽ പ്രവർത്തിച്ചിട്ടുണ്ട്. ഇപ്പോൾ തിരുവനന്തപുരത്തെ വട്ടിയൂർക്കാവിൽ സ്ഥിരതാമസം.

വയലാർ അവാർഡ്, സംസ്ഥാന ലൈബ്രറി കൗൺസിൽ സാഹിത്യത്തിലെ സമഗ്രസംഭാവനയ്ക്ക് ഏർപ്പെടുത്തിയ ഐ വി ദാസ് പുരസ്കാരം എന്നിവയാണ് ഒടുവിൽ കിട്ടിയ പുരസ്കാരങ്ങൾ. ആശാൻ പ്രൈസ് (ചെന്നൈ), കേരള സാഹിത്യ അക്കാദമി പുരസ്കാരം 2 തവണ (കവിതയ്ക്കും ബാലസാഹിത്യത്തിനും), അബുദാബി ശക്തി അവാർഡ് 2 തവണ, ബാലസാഹിത്യത്തിന് പാലാ കെ എം മാത്യു പുരസ്കാരം, വി സാംബശിവൻ പുരസ്കാരം (കല, കുവൈത്ത്), മഹാകവി പാലാപുരസ്കാരം (കിഴതടിയൂർ സർവ്വീസ് സഹകരണ ബാങ്ക്), പ്രൊഫഷണൽ നാടക ഗാനരചനയ്ക്ക് 3 തവണ സർക്കാർ പുരസ്കാരം, എസ് ബി ടി പുരസ്കാരം, പാട്ടെഴുത്തിന് ഫിലിം ക്രിട്ടിക്സ് അവാർഡ്.

കണ്ണശ്ശകവികൾ, ഉള്ളൂർ, പന്തളം കേരള വർമ്മ, മൂലൂർ, തിരുനല്ലൂർ, സഞ്ജയൻ, എ പി കളയ്ക്കാട്, അഞ്ചൽ ആർ വേലുപ്പിള്ള, വി സാംബശിവൻ (ട്രസ്റ്റ്), പ്രൊഫ. എ സുധാകരൻ, എം എസ് രുദ്രൻ, വി വി കെ നമ്പ്യാർ, ബഷീർ, ശ്രീരേഖ, പുനലൂർ ബാലൻ, സ. ജി കാർത്തികേയൻ (കരുനാഗപ്പള്ളി), മുഖത്തല ചക്രപാണി മാസ്റ്റർ, പ്രൊഫ. കോഴിശ്ശേരി ബാലരാമൻ തുടങ്ങിയവരുടെ പേരിലുള്ള വിവിധ പുരസ്കാരങ്ങളും ലഭിച്ചു.

കൃതികൾ: *ഒരു വെർജീനിയൻ വെയിൽക്കാലം, അമാവാസികൾ തൊട്ട പാടുകൾ, കറുത്ത പെണ്ണേ കരിങ്കുഴലി, തേൻമണക്കും വാക്കുകൾ, അമ്പിളിയമ്മായി, നീലി, കാവിന്റെ കിഴക്കേതിൽ, ഗന്ധമാദനം, ഇലത്തുമ്പിലെ വജ്ര ദാഹം, എന്നിലൂടെ, മലയാളപ്പൊന്ന്, ബാബിലോണിയൻ ഗിത്താർ, എന്നെങ്കിലും, കേദാരഗൗരി, ആർദ്രസമുദ്രം, ജാതകം കത്തിച്ച സൂര്യൻ, കലഹകലയ്ക്കൊരു കല്ലുവള, കാറ്റുചിക്കിയ തെളിമണലിൽ* ഉൾപ്പെടെ നാല്പത്തഞ്ചോളം പുസ്തകങ്ങൾ.

വിലാസം: മനസ്, വട്ടിയൂർക്കാവ് പി ഒ,
തിരുവനന്തപുരം – 13
ഫോൺ: 9605157500

ഉള്ളടക്കം

വേറിടാനും പങ്കിടാനും
വെറും മാത്രകൾ; പ്രണയ ധമനികൾ
പൂവിടാനോ നൂറുജന്മം
കിളികളാകേണം

ചരിത്രചന്ദനം മണക്കുന്ന കവിത

ഡോ. പി എസ് ശ്രീകല

വ്യക്തിയും സമൂഹവും തമ്മിലുള്ള പാരസ്പര്യത്തിന്റെയും പൊരുത്തപ്പെടലിന്റെയും വൈരുധ്യങ്ങളുടെയും സാകല്യത്തിൽ പരുവപ്പെട്ട നാൽപ്പത്തിയൊന്നു കവിതകളുടെ സമാഹാരമാണ് *ആർദ്രസമുദ്രം*. പ്രപഞ്ചത്തിൽ നിന്നും അനുഭവവേദ്യമാകുന്ന ഓരോന്നിന്റെയും സൂക്ഷ്മാർഥങ്ങൾ തേടി കാവ്യപഥത്തിലൂടെ സഞ്ചരിക്കുകയാണ് കവി. സാർഥകമായ ഈ യാത്രയിൽ നാടിന്റെ സംസ്കാരവും പാരമ്പര്യവും ചരിത്ര-വർത്തമാനങ്ങളുമെല്ലാം ബോധാബോധതലങ്ങളിൽ വന്നുനിറയുന്നു. സർഗാത്മകമായ ധ്യാനമനനങ്ങളിലൂടെ അവ കാവ്യസ്വരൂപത്തിലേക്കുയരുന്നു.

ഭോഗലാലസതയുടെ അനന്തവിഹായസിൽ ചുറ്റിത്തിരിഞ്ഞ കവിതയെ ഊഴിയിലെ ചെറിയവർക്കിടയിലേക്ക് കൈപിടിച്ചുകൊണ്ടുവന്ന കാവ്യപാരമ്പര്യത്തിന്റെ ഊറ്റമുൾക്കൊണ്ട കവിയാണ് ഏഴാച്ചേരി. അല്ലും വയൽപെറ്റ മർത്യതയും വെളിച്ചംവരാൻ ചാലുകീറുന്ന സംഘഗാനത്തിന്റെ മക്കളും, ഉന്നർന്നുപാടിയപ്പോൾ തുടിത്താളം പകർന്നാടിയ കവിതയ്ക്കിന്നെന്തുപറ്റി? വിതുമ്പി നിൽക്കുന്ന അവളെ തന്നിലേക്കു ക്ഷണിക്കുകയാണ് കവി.

"ഇങ്ങോട്ടകത്തേക്കൊരുങ്ങിവാ നിന്നെയീ-
ക്കണ്ണീരിടങ്ങൾക്കടുത്തുകാണാൻ"

(നേരൊഴുകും പുഴകൾ)

ആത്മാവിഷ്കാരമാണ് കവിത. ആത്മവത്തയ്ക്കു മൂർത്തരൂപം നൽകുന്നത് ഭൗതികയാഥാർഥ്യങ്ങളാണ്. ദർശനസൂക്ഷ്മതയും സർഗവൈഭവവുമുള്ള ഒരു കവിക്കുമാത്രമേ ഇതു തിരിച്ചറിയാനാവൂ.അവിടെ കവിത വ്യക്തിപരതയിൽ നിന്നു മോചനംനേടുകയും പ്രതിനവരസാത്മകമായ മനുഷ്യകഥാനുഗാനങ്ങളായി അവതരിക്കുകയും ചെയ്യുന്നു.

"പറയാൻ വാക്കുകൾ വറ്റിയ മക്കടെ
പറയച്ചെണ്ടകളറയും ചേലിൽ
ശിവഭൂതച്ചിരി, നരസിംഹത്തിരി
ചേർത്തുതെറുത്തു കൊളുത്തുക നാം."

എന്ന ആഹ്വാനം കവിതയെ പ്രതിരോധത്തിന്റെ വ്യവഹാരമാക്കുക എന്ന സന്ദേശം കൂടിയാണ്.

അഗാധമായ മാനവിക ദർശനമാണ് സങ്കീർണപ്രശ്നങ്ങളെ മൗലികമായി വിലയിരുത്താനും നവീനമായി അവതരിപ്പിക്കാനും കവിക്കു പ്രേരണയാവുന്നത്. മനുഷ്യനുമായി ബന്ധമുള്ളതൊന്നും അന്യമല്ലെന്ന കാഴ്ചപ്പാടാണ് ഏഴാച്ചേരിയുടെ മാനവിക ദർശനത്തിന്റെ സവിശേഷത. അതുകൊണ്ടുതന്നെ ഗതകാലസ്മൃതികൾ നഷ്ടബോധമായി കടന്നുവന്ന് നിരാശപ്പെടുത്തുന്നില്ല. "ഒരു പൂപോലും ചൂടാനില്ലാത്ത ഗ്രാമത്തിന്റെ നെടുവീർപ്പുകൾ ഉയരുമ്പോഴും പച്ചനോട്ടിൽ മുഖം പൂഴ്ത്തി ഗാന്ധിജി കണ്ണീരൊപ്പുമ്പോഴും *(നാവില്ലാനദികളേ മാപ്പ്)* ആശകൾ പാൽവള്ളിയായ് പടരുന്നത് കവിക്ക് കാണാനാവുന്നു. ഈ പ്രത്യാശ മനുഷ്യനിലുള്ള വിശ്വാസത്തിന്റെ പ്രതിഫലനമാണ്.

കേരളത്തിന്റെ സാംസ്കാരിക പൈതൃകത്തിൽ ഊറ്റംകൊള്ളുന്ന കവിയാണ് ഏഴാച്ചേരി. സാധാരണക്കാരായ ജനങ്ങളുടെ ജീവിതമാണ് ആ പൈതൃകത്തിന്റെ ഈടുവെയ്പെന്നു തിരിച്ചറിയുന്നതുകൊണ്ടാണ് കേവലം കാൽപ്പനികമായ ഗതകാലാരാധനയിലേക്ക് പൈതൃകത്തെക്കുറിച്ചുള്ള അഭിമാനബോധം വഴുതിവീഴാത്തത്. 'നോവുമാത്മാവിനെ സ്നേഹിച്ച വീണയ്ക്കു ചോരുന്ന തേൻകുട'മായി മാറുന്ന ഏഴാച്ചേരിക്കവിതയിലെ അന്തർധാരയായി വർത്തിക്കുന്ന സംഗീതാഭിനിവേശം കേരളീയ പാരമ്പര്യത്തോടുള്ള കറകളഞ്ഞ ആഭിമുഖ്യത്തിൽ നിന്നു രൂപപ്പെടുന്നതാണ്. ശാസ്ത്രീയ സംഗീതത്തിന്റെ ആന്തരസത്ത നാടോടി ജീവിതസംസ്കൃതിയുടേതാണെന്ന് വീണ്ടും വീണ്ടും ഓർമിപ്പിക്കുന്ന കവിതകളാണ് ഏഴാച്ചേരിയുടേത്.

"നിൻ സ്വര കല്യാണികൾ
രതിപുത്രികൾ നുള്ളി-
ച്ചന്ദനം മണപ്പിച്ച
നെഞ്ചിലെക്കള്ളിച്ചോട്ടിൽ..."

"കടക്കണ്ണിലെക്കാട്ടു-
കടന്നൽ മൂളിപ്പറ-
ന്നടുക്കെനിൻ സോപാന-
പ്പടിമേൽ പ്രണമിച്ചേൻ"

(ശ്രീകുരുംബക്കോട്ടവാഴും ശ്യാമകല്യാണി)

അവർണനീയമായ അനുഭൂതി തലമൊരുക്കുന്ന സംഗീതസന്നിവേശം പ്രകൃതിയെന്നപോലെ, പ്രണയമെന്നപോലെ, കവിതകളിൽ അലിഞ്ഞുചേരുകയാണ്.

അനുഭവങ്ങൾക്ക് ബിംബകൽപ്പനയിലൂടെ കാവ്യസൗന്ദര്യമേകുന്ന ഏഴാച്ചേരിക്കവിതയുടെ സവിശേഷത, *'ആർദ്രസമുദ്ര'*ത്തിലെ കവിതകളിലും തെളിയുന്നുണ്ട്. ബിംബങ്ങളെ അർഥസാന്ദ്രതയിൽ വിലയിപ്പിച്ചുകൊണ്ടാണ് കവി, സൗന്ദര്യാത്മകതയുടെ അവാച്യാനുഭൂതി ആസ്വാദകർക്കു പകരുന്നത്. കാവ്യാനുശീലമുള്ള വായനക്കാർക്ക് ഒറ്റവായനയിൽ

അവ വഴങ്ങിയേക്കാം. എന്നാൽ സൂക്ഷ്മവായനയിൽ ആസ്വാദകഹൃദയത്തിലേക്ക് അവ സ്വയമേവാഗതരാവുന്നതും അനുഭവിക്കാനാവും.

"കടൽച്ചേന വേവിച്ചിറക്കിപ്പടിഞ്ഞാ-
റടുപ്പത്തുവെള്ളം തിളപ്പിച്ചു സന്ധ്യ"

(ഇങ്ങനെയും ഒരു സായന്തനം)

"കാവായ കാവെല്ലാമേ
പൂത്തെന്നു മനസ്സിന്റെ
നാവായ നെടുവീർപ്പാ-
ലെന്നെ നീ തിരുത്തുമ്പോൾ
നിൻ ഗന്ധമദമേറ്റാൽ
പൂവിടുമെൻ ചാമ്പതൻ
തുഞ്ചത്തു രാത്രിക്കൂട്ടി-
ന്നോർമ്മകൾ ചിലച്ചെത്തി"

(ശ്രീകുരുംബക്കോട്ടവാഴും ശ്യാമകല്യാണി)

നാടൻ വാക്കുകൾ കൊണ്ടു വരയ്ക്കുന്ന ഈ കാവ്യചിത്രങ്ങൾ മലയാളത്തനിമയൂറുന്ന പദങ്ങളെ അന്യവൽക്കരിക്കുന്നത് മുഖമുദ്രയാക്കുന്ന അത്യന്താധുനിക പ്രവണതകൾക്കു സൗമ്യമായ താക്കീതാവുന്നു.

പ്രാചീന കവിതകളിൽ ധാരാളമായിക്കണ്ടിരുന്ന ചില പ്രയോഗങ്ങളും - നിന്നാറേ, പോയാറേ, അറിഞ്ഞാറേ, പുൽകിനാൾ, വന്നാൻ, കണ്ടാൾ തുടങ്ങിയവ - ഗ്രാമീണ നാടൻ ഭാഷാ പ്രയോഗങ്ങളും - തൗതാരിക്കുക, ചളപിള, തക്കവും തായവും, ഒക്കാനക്കൊണ്ട്, തിണ്ണ, കവാലം, വക്കാണം, ചെരുവം, ചെരച്ചുകുത്തി എന്നിങ്ങനെ - ഏഴാച്ചേരിക്കവിതകളിലെ സവിശേഷതയാണ്. അന്യവൽക്കരിക്കപ്പെടുന്ന ഇത്തരം പ്രയോഗങ്ങളെ കവിതയിൽ സന്നിവേശിപ്പിക്കുന്നതിലൂടെ ഭാഷയുടെയും സംസ്കാരത്തിന്റെയും ജനകീയാടിത്തറ സുദൃഢമാക്കുകയാണ് കവി. ഭാഷയ്ക്കും സംസ്കാരത്തിനുംമേൽ അധിനിവേശത്തിന്റെ കൂർത്തനഖങ്ങൾ ആഴ്ന്നിറങ്ങുന്നത് അവഗണിച്ചു കടന്നുപോവാൻ സാമൂഹികപ്രതിബദ്ധത കവിയെ അനുവദിക്കുന്നില്ല. ജനജീവിതസംസ്കൃതിയുടെ കാവലാളാവുകയെന്ന ചരിത്രനിയോഗം ഏറ്റെടുക്കുകയാണ് ഏഴാച്ചേരി. കവിധർമത്തിൽ ഉൾച്ചേരുന്ന ഈ ദൗത്യമാവട്ടെ കേവലമായ ആത്മാവിഷ്കാരതലത്തിൽ നിന്ന് കവിതയെ സാമൂഹ്യപരതയിലേക്കു തുറന്നുവിടുകയാണ്.

നാടോടി പാരമ്പര്യത്തിന്റെയും നാടൻ ജീവിതസംസ്കാരത്തിന്റെയും ഗ്രാമീണഭാഷയുടെയും തെളിമയും ശുദ്ധിയും കവിതയുടെ ഊർജസ്രോതസ്സായി നിലനിൽക്കുമ്പോൾത്തന്നെ, സംസ്കൃതഭാഷയും പ്രയോഗങ്ങളും സ്വാഭാവിക ഔചിത്യത്തോടെ ശക്തിപകരുന്നുണ്ട്. തനി നാടൻ പ്രയോഗങ്ങളോടൊപ്പം സംസ്കൃതപ്രയോഗങ്ങളും കാവ്യസൗന്ദര്യത്തിനു മാറ്റുകൂട്ടുന്നു.

"വേണ്ടാതനങ്ങൾ വെടിഞ്ഞു ജന്മാർജിത-
വേദനാസംസ്കൃതിയോടെ"

"വിളക്കിന്റെ ചോട്ടിൽപ്പിടയ്ക്കുന്നിതെണ്ണ-
ക്കുരുക്കിൽ സ്വപക്ഷം കുഴഞ്ഞഗ്നിഭൃംഗം"

"വികാരത്തിനു മിഴിനിറഞ്ഞാൽ
നിഷാദദോഷ്മളമഗ്നിതാളം" തുടങ്ങിയവ ഉദാഹരണം.

ഭാഷയെ വളരെ സൂക്ഷ്മമായി പരിചരിച്ച് തന്നോടിണക്കി നിർത്തുന്ന കവിയുടെ കാവ്യസംസ്കാരത്തിന്റെ വിരലടയാളമാവുകയാണ് അദ്ദേഹത്തിന്റെ കാവ്യഭാഷ. സമാസോക്തിക്കാവ്, കദനചാമുണ്ഡി, രക്തസമ്മർദത്തമാശകൾ, സങ്കടപ്പാത്രങ്ങൾ തുടങ്ങിയ പ്രയോഗങ്ങൾ അതിനു സാക്ഷ്യമാവുന്നു. നാടോടി ഗാനപാരമ്പര്യത്തിന്റെയും കർണാടക സംഗീതത്തിന്റെയും അനുഭൂതിതലങ്ങൾ അർഥസാന്ദ്രതയിൽ സമ്മേളിക്കുമ്പോൾ കാവ്യഭാഷ ഹൃദയങ്ങളെ കീഴടക്കുകയാണ്. രാഗങ്ങളോടുള്ള കവിയുടെ അഭിനിവേശം കവിതകളിൽ പ്രകടമാണ് - ശങ്കരാഭരണം, മോഹനം, ഭൂപാളം, ഹിന്ദോളം, ശ്യാമരാഗം തുടങ്ങിയവ.

"വിശന്നാലും വിയർത്താലും
കരഞ്ഞാലും കയർത്താലും
അപാരതകൾ നിന്റെ ചിരിയുടെ
സത്യവാങ്മൂലം
അതാണെന്നെത്തളിർപ്പിക്കും
ശതാവരിയുടെ പുരികതാളം
അതാണേഴാമിന്ദ്രിയത്തിൻ
പ്രണയഹിന്ദോളം"

(ആർദ്രസമുദ്രം)

സംഗീതവും ഭാഷയും ഒന്നിൽനിന്നു വേറിട്ട് മറ്റൊന്നില്ലായെന്ന നിലയിൽ അലിഞ്ഞുചേരുന്നിടത്താണ് ഏഴാച്ചേരിക്കവിതയുടെ ആത്മസത്ത. ജീവിതമെന്ന ചരിത്രപ്രവാഹത്തിൽ സംഗീതത്തിന്റെ തോണിയിലാണ് കവിയുടെ സഞ്ചാരം. പുഷ്പിതകവിത, 'എന്നേ നിന്നിലലിഞ്ഞവൾ ഞാൻ' എന്നു മൊഴിഞ്ഞ് ആ സഞ്ചാരത്തിൽ കൂട്ടിനുണ്ട്.

"എന്തിനധീരത, പോന്നോളൂ, ഈ
ചന്ദനവിരലിൽ തൊട്ടോളൂ.
അടിമുടിമായാവൈദ്യുതി പങ്കി-
ട്ടകദീപങ്ങൾ തെളിച്ചോളൂ."

ജാഗ്രത്തായ അനശ്വരതയിലേക്കാണ് കവിത ക്ഷണിക്കുന്നത്. അകദീപങ്ങൾ തെളിയുമ്പോൾ ചരിത്രത്തിന്റെ ഓരംചേർന്നു നിൽക്കാൻ വിധിക്കപ്പെട്ട ജീവിതങ്ങളെ കവി കാണുന്നു. അവയിലെ നന്മയും നേരും ഉന്നതമായ കാവ്യബോധമായി, മാനവദർശനമായി കവിയെ അനുധാവനം ചെയ്യുന്നു. നേർത്ത ഈണങ്ങളായി, 'ചാറ്റൽമഴയുടെ നീലനൂൽക്കല്യാണശീലുകളായി,' അവ പെയ്തിറങ്ങുമ്പോൾ കവിത ആർദ്രമാകുന്നു; ആർദ്രസമുദ്രമാകുന്നു. ആ കവിതയെ നാം മഹത്തായ കവിത എന്നു വിശേഷിപ്പിക്കുന്നു. കാരണം മഹത്തായ കവിത ജീവിതത്തിൽ നിന്നു നേരെ പൊട്ടിക്കിളരുന്നതാണല്ലോ - A great book grows directly out of life (Hudson). അതിൽ ജീവിതം മണക്കാതെ വയ്യാ.

1

നേരൊഴുകും പുഴകൾ

വണ്ടി തിരൂരിൽക്കിതച്ചു നിൽക്കുമ്പൊഴും
വഞ്ചി നതോന്നത മൂളുമ്പൊഴും
പേശാ മടന്തയാം പെണ്ണിവൾ സീതയാം
വീണപൂവെ,ന്നൂഴി കത്തുമ്പൊഴും,
അർധനാരീശ്വരൻ ശ്രീധരൻ സഹ്യന്റെ
പുത്രനെ നീട്ടിവിളിക്കുമ്പൊഴും
പൊന്നാനി വേനൽത്തിളക്കങ്ങളുപ്പുനീ-
രുണ്ണാവ്രതങ്ങളെയൂട്ടുമ്പൊഴും
ഞങ്ങൾ നിരാലംബരല്ലെന്നു കാകളി-
ച്ചെല്ലപ്പുലങ്ങൾ പൊലിച്ചവളേ,
നേരെ മനസ്സിലേക്കോടിവാ നീ, വേറൊ-
രാളും കരം പിടിക്കാതെ.
വേണ്ടാതനങ്ങൾ വെടിഞ്ഞു ജന്മാർജിത
വേദനാസംസ്കൃതിയോടെ.
ആരുമകമ്പടിയെന്യേ കടന്നുവ-
ന്നീ വികാരങ്ങൾക്കൊരമ്മയാകൂ.

ഇങ്ങോട്ടകത്തേയ്ക്കൊരുങ്ങിവാ നിന്നെയീ-
ക്കണ്ണീരിടങ്ങൾക്കടുത്തു കാണാൻ.
കമ്മാളനേരും പുലച്ചൂരു മാതിര-
പ്പെണ്ണും പ്രഭാതവും നാട്ടുമാവും
ഇല്ലം നിറപ്പാട്ടു പാടും മുളങ്കാടു-
മല്ലും വയൽപെറ്റ മർത്ത്യതയും
സങ്കീർത്തനച്ചേലുറഞ്ഞ തടങ്ങളി-
ലിന്നും വെളിച്ചം വരാൻ ചാലുകീറുന്ന
സംഘഗാനത്തിന്റെ മക്കളും മക്കൾതൻ
നെഞ്ചിൽ മുളച്ച വരാഭയമുദ്രയും
നിന്നെയടുത്തു കാണട്ടെ.

ഓടക്കുഴലെഴും ശങ്കരസങ്കടം
പാവം നിളയ്ക്കു പകുത്തു നൽകി
വന്നേരിത്തിങ്കൾ തൻ മാറിൽ മറിയമാം
കുന്തിരിക്കം പോൽ പുകഞ്ഞവളേ,
ഇന്നലെയോളവുമെന്തെന്നറിയാത്തൊ-
രിന്ദ്രിയത്തുമ്പികൾക്കന്നമൂട്ടാൻ,
ചിന്നവീടിന്റെ പടിപ്പുരത്തിണ്ണയിൽ
പിംഗളയായ് മുടിചിക്കി നിൽക്കെ,
*ശുദ്ധസാവേരിയിൽ സാരസനാഭനു
കച്ചമണികൾ ഞൊറിഞ്ഞവളേ,
ആരുമകമ്പടിയെന്യേകടന്നുവ-
ന്നീ വികാരങ്ങൾക്കൊരമ്മയാകൂ.
വെള്ളാരങ്കണ്ണെഴും പന്നഗപ്പാണ്ടുകൾ
പിന്നാമ്പുറങ്ങളിലൂടെയെത്തി,
പണ്ടകശാല വളയ്ക്കാനും പാഷാണ-
ച്ചുണ്ടാലിളനീരിൽ മുത്തുവാനും
പുരികംവടി,ച്ചരതുള്ളി,ച്ചരാജക-
ച്ചുരിക ചുഴറ്റുമീക്കൂരിരുട്ടിൽ,
ആരാൻ തൊടിയിലെ നായ്ക്കുരണച്ചെടി-
യാകാനൊരുങ്ങുമെന്നുണ്ണുനീലി,
വാസനത്തിണ്ണമേൽ കൂടൽമാണിക്യമാം
വേദനച്ചേങ്കില പൊള്ളുന്നുവോ?

നന്നായ്ച്ചുരുണ്ടിടതൂർന്ന ചുരുൾമുടി-
ത്തുമ്പിലെ ഗന്ധകാമങ്ങളാലേ,
നിറമെഴും നെടുവീർപ്പിന്നർഥ മൗനം വിങ്ങു-
മിടയന്റെ മുരളിയെച്ചുംബിച്ചു നീ.

വാകപ്പൂ നുള്ളിയും കൈതപ്പടർപ്പിലെ
തേനില്ലാപ്പൊന്നിയെത്തേവാരിച്ചും
മേലാസകലം തുടുക്കുന്ന പോർക്കലി-
ശ്രീലവടുക്കളിൽ നോമ്പുനോറ്റും,
പൂട്ടിയ ഫാക്ടറി വാതിലിൽ മാറ്റത്തിൻ
തോറ്റം തിളയ്ക്കും കനൽക്കാറ്റിലും
കൈതേരിമാക്കം ചിരിക്കെക്കലക്കത്തെ-
ക്കല്ലിന്മേൽ താളി പതച്ചവളേ,
സന്ത്രാസകാമുകർ, നിൻ മന്ത്രസിദ്ധികൾ
യന്ത്രക്കൊടുമയ്ക്കു വിറ്റുവെന്നോ?

---

* ഒരു രാഗം

ഊരുതെണ്ടും സ്വരശുദ്ധമാം ഷട്കാല
നേരിനിക്കും വ്രതജതികൾ നീറ്റി,
കാടും നിലാവുമളന്ന കാൽപ്പാടുമായ്
കാവു തീണ്ടുന്ന കളിയച്ഛനിൽ
കണ്ണാലുഴിഞ്ഞൊരു നാട്ടക്കുറിഞ്ഞിപോൽ
നങ്ങേമക്കുട്ടിയായ് നീ പടർന്നു.

ചോരച്ച ബ്രഹ്മാണ്ഡ സത്യങ്ങൾ തൻ പ്രാണ-
സാധകം സർഗ സംഗീതമാക്കി,
നോവുമാത്മാവിനെ സ്നേഹിച്ചവീണയ്ക്കു
ചോരുന്ന തേൻകുടമായതും നീ.

ഇന്നീയനാഥ ദിനാന്ത്യസത്രത്തിൽ നീ
പുണ്ണെഴും കാലിൽ ചിലങ്കകെട്ടാൻ
വയ്യാതശാന്തി സ്ഥിതയായ് വിതുമ്പുവാൻ
എന്തേ നിഴലുകൾ പൊള്ളിച്ചുവോ?

2

വൈദ്യശാലയിൽ മേടപ്പുലരിയിൽ

കിടത്തിച്ചികിൽസിക്കാൻ
പാങ്ങില്ലാപ്പാവങ്ങളെ
കടുത്ത നോട്ടത്തിന്റെ
കയ്യുന്ന്യം മണപ്പിച്ചും,
തടിച്ച പുലാമന്തോൾ
ശാരിയെ നസ്യത്തിന്റെ
നനുത്തൊരാലസ്യത്തിൻ
ദർഭമേൽ ശയിപ്പിച്ചും
വെണ്ണപോലരയാത്ത
നാട്ടുകൂവയിലുഷ്ണ-
ദണ്ണങ്ങളാവാഹിച്ചൊ-
രന്നയെപ്പുതപ്പിച്ചും
കാഞ്ഞിരക്കസേരയിൽ
രാമച്ചം വിരിച്ചിട്ടു
ചാഞ്ഞിരിക്കുന്നു ചര-
കാശ്രമ ശ്രീമാൻ ഭവാൻ.

2

ആര്യവൈദ്യന്മാരേറെ-
യെങ്കിലുമങ്ങേപ്പോലെ-
ന്നാഡിതൻ വേരിൽത്തൊട്ട
വേറൊരാളില്ലാ പാരിൽ.
അഷ്ടവൈദ്യന്മാരിഷ്ട-
രെങ്കിലുമവിടുന്നെൻ
നഷ്ടജാതകത്തിന്റെ
നാഡികൾ വായിച്ചവൻ.
ഒരു കെട്ടമൽപ്പൊരി

വേരുമായ് മണ്ണാർക്കാട്ടെ
ചെരുവിൽ നിന്നും വന്നു
കാക്കുന്നു മലമുത്തൻ.
അവസാനത്തെ വണ്ടി
പോകിലുമെന്തേ മണ്ട
കുളിരാൻ നിനക്കങ്ങേ-
രാസവം സമ്മാനിക്കും.

3

മുറ്റത്തു കറ്റാർവാഴ-
പ്പോളകളരിഞ്ഞീറൻ
കൊറ്റിയായ്, ച്ചെണ്ടക്കാരൻ
കേശുവെക്കൊട്ടിച്ചവൾ,
വൈദ്യരെ ചികിൽസിയ്ക്കാൻ
പോന്നവൾ, മേൽമുണ്ടൂർന്നി-
ട്ടെപ്പൊഴും കിതയ്ക്കുന്നോ-
രിലഞ്ഞിത്തറ മേളം.
അങ്ങോട്ടുനോക്കേ,ണ്ടശ്രീ-
കരമാണവളെന്നു
മുഞ്ഞവേരുകൾ വയൽ-
ച്ചുള്ളിയെശ്ശാസിക്കുന്നു.
പുളിയുമുപ്പും ചേർത്തു
വാർപ്പുകൾ വിയർപ്പോടെ
കഴുകിക്കമെഴ്ത്തുന്നു
കീചകനെമ്പ്രാന്തിരി.

4

കളിയോഗത്തിന്നാഴ്ച-
ക്കണക്കുകാട്ടാനൂഴം
കൊതിച്ചു കാര്യസ്ഥനാം
വാസുനമ്പീശൻ നിൽപ്പൂ.
പച്ചിലമരുന്നുകൾ,
വേരുകൾ, അഗസ്ത്യന്റെ
കുട്ടികൾ തുള്ളും മട്ടി-
ലടുപ്പു തിളയ്ക്കുമ്പോൾ
ആയുരാരോഗ്യ ശ്രീയാൾ,
ഗന്ധകാമുകി തൊട്ട
പ്രാണനിലുൾപ്പുണ്ണുക-

ളുണങ്ങിത്തുടങ്ങുന്നു.
കുപ്പിമേലൊട്ടിക്കേണ്ട
ലേബലിൽ നിറച്ചും താ-
നക്ഷരത്തെറ്റെന്നക-
ത്തമ്മിണിനെടുങ്ങാടി.

5

ഓടാനുമിലത്തുമ്പു
കടിക്കാൻപോലും മേലാ-
ഞ്ഞാടലോടകക്കാട്ടി-
ലാടുകൾ കരയുന്നു.
ചെത്തുതെങ്ങിന്മേൽ നിന്നു
വീണൊരാച്ചാമുണ്ണിയെ
ഇട്ടിരാരിശ്ശൻ തിരു-
മ്മുന്നതു,ണ്ടകത്തേങ്ങോ!
സന്ധികൾതോറും വിര-
ലോടുമ്പോൾ പാവം കര-
ഞ്ഞന്തരീക്ഷത്തിൻ മുള
നെടുകെപ്പിളർക്കുന്നു.
അശ്വഗന്ധത്തിൻ ചൂർണ-
ക്കുപ്പിപോൽ കാൽവണ്ണകൾ
മുക്കാലും വെളിവാക്കി-
ക്കാരെള്ളുചിക്കും പായിൽ
തെക്കിനിമുറ്റം നിറ-
ഞ്ഞാടുന്നു മേടപ്പകൽ
തൊട്ടുരുമ്മട്ടേയെന്നു
കൊതിച്ചുകൊഞ്ചും സതി.

6

ഇത്തിരി വഴിമാറി
നിന്നാലും ധന്വന്തരീ
വിഗ്രഹ പൂജയ്ക്കങ്ങേ-
രിവിടേയ്ക്കണയുന്നു.
പെട്ടെന്നു പുരുഷാര-
മകന്നു കെട്ടോലകൾ
തട്ടത്തിൽ നീട്ടിത്തീർഥം
കുടഞ്ഞു മന്ത്രത്തോടെ,
അഷ്ടവൈദ്യന്മാരെന്നെ-

പ്പീഠത്തിലിരുത്തുന്നു
ഇഷ്ടതാംബൂലം നീട്ടി-
ച്ചിരിപ്പൂ നേത്യാരമ്മ.
അകിലും മട്ടിപ്പാലു-
മൊരുപോൽ പുകഞ്ഞീറൻ
മുകിലിൻ മുടിചിക്കി-
ക്കോടമഞ്ഞൊഴുകുന്നോ?

7

വൈദ്യമുറ്റത്തെക്കൂറ്റ-
നാൽ മരച്ചോട്ടിൽ മുടി-
പറ്റെവെട്ടിയോരെന്നെ-
ക്കൊണ്ടു ചെന്നിരുത്തുന്നു.
"സ്വയമേ ചികിൽസിക്ക-
നീ,"യെന്നൊരഴൽപ്പക്ഷി
മകനോടൊപ്പം വന്നു
ശാസിച്ചു ചിലയ്ക്കുന്നു.
ഇത്തിരിമുന്നം വൈദ്യ-
രെന്നുതോന്നിയരൂപം
ചെറ്റമാടത്തിൻ മുന്നിൽ
ഞാൻ നട്ട ഞാലിപ്പൂവൻ.
നനച്ചുപുന്നാരിച്ചോ-
രൗഷധച്ചെടിക്കൂട്ടം
കുലച്ചു പൂ നീട്ടുന്ന
കാട്ടുചേമ്പുകൾ മാത്രം.
ചതച്ചുവേകാൻ വാർപ്പി-
ലിട്ടവേരുകളാറ്റിൽ
കുളിച്ചുതോർത്തും പുല-
പ്പെണ്ണിന്റെ വാർകുന്തളം.

3

സംവിധായകന്റെ സങ്കടം

കദനോന്മുഖമാം കല്ലുകൾനീയിതു
കടവിൽവെച്ചുമറന്നവയോ?
എന്നെയെറിഞ്ഞുമലർത്താം പിന്നീ;-
ടെണ്ണിയെടുത്തു നടന്നോളൂ.

പോളനിറച്ചു പുഴുക്കൾ നുരയ്ക്കും
വാടിവരണ്ടൊരു ക്യാബേജായ്,
ചാലയിൽ നിന്നുമെടുത്തെറിയപ്പെ-
ട്ടാരാൽ വീണുചതഞ്ഞവളേ,
വട്ടച്ചൊറിയുടെ പാടുകൾ മായ്ക്കാൻ
കഷ്ടപ്പെട്ടതു ഞാനല്ലേ?

വൃത്തിവെടിപ്പുകളില്ലാഞ്ഞതിനാൽ
ഒറ്റപ്പെട്ട കടൽക്കിളിയായ്,
ഓരംചേർന്നു നടന്നവൾ കുപ്പ-
ച്ചീരകണക്കുതെഴുത്തല്ലോ!

ഒന്നോ രണ്ടോ സീരിയലിൽ മുഖ-
മൊന്നു പതുക്കെക്കാട്ടുകിലും,
നീലനിറഞ്ഞതിശീതീകൃതമാം
പോയദിനങ്ങൾ മറക്കുവതോ?

കിളിവേട്ടക്കാരുന്നംപാർക്കും
നദിയോരത്തെ പാർക്കുകളിൽ,
തെണ്ടിയലഞ്ഞു നടന്നവൾ നിന്നെ
കണ്ടുപിടിച്ചതു ഞാനല്ലേ?

4

ചാമുണ്ണി കുലം

കാടു കക്കുന്ന തമ്പ്രാക്കളേ, കള്ള-
ത്താടിവെച്ച തവിട്ടു ചെന്നായ്ക്കളേ,
മാറുതെല്ലു മറച്ചൊരീക്ക്ടാത്തിയെ
ചാരിനിക്കണ ചാരക്കഴുത്തരേ,
എങ്ങൾ ചാറ്റും മുതുപേച്ചുയിർക്കുമീ
കുന്നുവിട്ടു പോ കൂത്തച്ചിമക്കളേ.

മേഘങ്ങൾ വാഗർഥങ്ങ-
ളിണങ്ങും ശിവരൂപ-
മാകുന്നു മലയ്ക്കുമേൽ
താണ്ഡവച്ചുവടോടെ.

നോക്കിനിൽക്കെത്താൻ കനൽ-
ക്കൊമ്പുകൾ മുളച്ചതു
രാക്ഷ സമീനാരം ചു-
ട്ടെരിക്കാൻ പറക്കുന്നു.
പള്ളിവാൾ ചുഴറ്റുന്നി-
തീശ്വരൻ; നിന്നെക്കൊണ്ടി-
ന്നുള്ളതേ മിണ്ടിക്കുമെ-
ന്നാകാശം പിളർക്കുന്നു.
ഗന്ധകം മണക്കുന്ന
മുലക്കണ്ണുകൾ കൊത്തി
ചെങ്കടൽത്തിരവട്ടം
കഴുകനളക്കുന്നു.

2

ചോലനീറ്റിൽ വെടിത്തിര പൂഴ്ത്തി
മീനിനെക്കൊന്നു, മാനിനെക്കൊന്നു.
മാനംകാണാ മലങ്കാറ്റിളയ്ക്കും

കാവു കട്ടു; കറുത്താര്യൻ കട്ടു,
താളം കട്ടു, തരിവള കട്ടു
പീലിക്കാടിന്നടിത്താറുകട്ടു
ചീമപ്പൂണ്ണും ചിമുക്കയും തന്നു
[1]ചേനത്തണ്ടാ നീ ചേലെല്ലാം തിന്നു.
മാനിനെച്ചുടും കാട്ടു
നീലിതൻ നെഞ്ചിൽക്കൂടി-
ക്കാനനച്ചണ്ഡാലിതൻ
കങ്കാളരഥം പാഞ്ഞു.
കാട്ടാടിൻ ചൂടുചോര
തിളയ്ക്കും മൺചട്ടിയിൽ
രാക്ഷസിത്തെയ്യം സൂര്യ-
വട്ടത്തെപ്പുഴുങ്ങുന്നു.
ധർമസങ്കടങ്ങൾക്കു
നടുവിൽ നിന്നും കാല-
കർമ്മാവു തുടികൊട്ടി
ച്ചങ്കിലേയ്ക്കിറങ്ങുന്നു.
വൃക്ഷങ്ങൾ ചുടും ഭ്രാന്തി
ക്കരുവാൻ മകൾ ചെന്നു
പക്ഷിസങ്കേതം ചുട്ടു
പന്നഗപുരം ചുട്ടു.

3

എങ്ങുനിന്നീ വെളുത്ത കമ്മാളന്മാർ,
എന്റെ താളം കവർന്ന കുള്ളന്മാർ,
കാട്ടുനീല സമതലത്തിൽ കടൽ-
ക്കാക്ക കൊത്തണ പപ്പായ[2] നട്ടു.
പപ്പായയ്ക്കൊപ്പം തെയ്യപ്പിരാന്തിന്റെ
പത്തി നട്ടു; വിഷക്കത്തി നട്ടു.
പൊക്കണത്തിലെ പോക്കണംകേടുകൾ
പട്ടുകോണകം ചുറ്റി മറച്ചു.
എങ്ങുനിന്നീ വെളുത്ത കമ്മാളന്മാർ,
അന്നയെക്കപ്പൽകേറ്റും മേലാളന്മാർ.
കൽത്തൂണിലിതെല്ലാം ക-
ണ്ടിരുന്ന നരസിംഹ-
ച്ചെട്ടിച്ചി, മഹാമാരി
മാതാക്കൾ, വേൽ നീട്ടുന്നു.
ഈശാനകോണിൽ നിന്നു

രുദ്രമന്ത്രങ്ങൾ ചൊല്ലും
ഭൂതദേശികർ അഗ്നി-
ക്കാവടി തോളേറ്റുന്നു.
കാറ്റുകൾ മരംപിഴു-
തഞ്ജന കാലത്തിനു
നേർക്കെറി,ഞ്ഞമാവാസി-
പ്പൊന്തമേൽ തീയാളുന്നു
ലാവകൾ തിളച്ചാർക്കും
ലോഹനേത്രങ്ങൾ ചൂഴ്ന്നു
പാവക പിതൃക്കൾ തീ-
ക്കനലിൽ നടക്കുന്നു.

4

ഒന്നുപെറ്റ പണിയക്കിടാത്തിയെ
കൊന്നു വെള്ളം കുടിച്ച വെള്ളാളാ,
തീയടുപ്പിൽ പൊഴമീൻ പൊരിച്ചതും
നേർച്ചക്കള്ളും കഴിച്ചു കടന്ന നീ,
ആരുമുറ്റിയ പെണ്ണിനെ തെങ്ങിൽ
ചാരിനിർത്തി നിലാക്കാലറുത്തു
ചെങ്കരിക്കിൻ നിറകണ്ണിലൂടെ
ചങ്കിലെച്ചിരിയൂറ്റിക്കുടിച്ചു.
ഒക്കെയും മുടിച്ചെന്നെ
മാത്രമൊരരയാലിൻ
പത്രമായ് നിന്നെത്താങ്ങാൻ
ബാക്കിവെച്ചേക്കാമെന്നോ?
മിണ്ടുവാൻ വരംതന്ന
തമ്പുരാനെന്തേ വഴി-
ച്ചെണ്ടയിൽ വേലും ചേലു
മൊരുപോൽ മുളപ്പിച്ചു.
നേരറിവീലാ കൂട്ടു
കുരുടന്മാരേ, ശീത-
പാണിയാൾ മൃതി, നാഗ
മെത്തമേലുണർന്നായോ?
ആനകൾ ശവം തട്ടി
യെറിഞ്ഞു മണിക്കിണ-
റാകെയും നികന്നിട്ടും
മാമാങ്കം തുടരുന്നു.

ഭരതവാക്യം

നെല്ലു തന്നും പുകയില തന്നും
രണ്ടു കുന്നിതു കൂട്ടിമുട്ടിക്കെ,
കൊന്ന പൂത്തതുപോലേ വെളിച്ചം
വന്നു ഞങ്ങടെ നേരും മുടിച്ചു
ചന്തി പൊള്ളിച്ച കാളകൾക്കൊപ്പം
ചന്തയിൽ വിറ്റു ചാമുണ്ണിയേയും.

1. ചേനത്തണ്ടൻ - ഒരുതരം പാമ്പ്
2. പോർച്ചുഗീസുകാർ അധിനിവേശകാലത്ത് ഗോവ വഴി കേരള ത്തിലെത്തിച്ചതാണ് പപ്പായ

5

കാക്കയും വക്കീലും

ചോരയ്ക്കു പകരം നെഞ്ചിൽ
തീയാളും ബ്രഹ്മരക്ഷസ്സിൻ
വൈദ്യുതിപ്പൂണുനൂൽ ചുംബി-
ച്ചല്ലോ ചത്തിതു കാക്കകൾ.

ബലിച്ചോറുണ്ടിടും കാക്കയ്-
ക്കില്ലല്ലോ മൃതിയെന്നിദം
ആദിപാപമുഹൂർത്തത്തിൽ
ആരേചൊന്നു സ്വയം പ്രഭേ?

മിഥ്യാ വിധുരമൺവാക്കി-
ലർഥം വീണുതിളയ്ക്കവേ,
പാത്രസൃഷ്ടിക്കൊരുങ്ങാനു-
മാവുന്നീല സുലോചനേ.

കന്നിനൂൽ മഴയേറ്റീണം
വിങ്ങിടും വളർനാഭിയിൽ
മേഘമല്ലാർതൊട്ടുനോക്കി-
പ്പാകമായെന്നു പാടവേ,

നിനക്കുനാണമുണ്ടാകാ-
നെന്തേ ഫാൽഗുന മോഹിനീ,
പ്രാണന്റെ പ്രഥമോന്മാദം
നമ്മിൽ വീണു തളിർക്കവേ.

2

പുത്തൂരം വീട്ടിൽ നാം ചെന്നാ-
ലിപ്പോഴും പടിവാതിലിൽ
ക്ഷീരവും ചോരയും പൂക്കും
തെച്ചിയും കുടമുല്ലയും.

പാരമ്പര്യനിഷേധത്തി-
ന്നൊരുങ്ങും ചെറിയച്ചിയെ,
താളിയോലയ്ക്കകം കണ്ടേ
തന്ത്രിമുഖ്യനശുദ്ധനായ്.

വേടനോടമ്പിനാൽ മിണ്ടാം
വേലയോടിളമണ്ണിനാൽ
ഞാറ്റുവേലകളോടീറൻ
കാറ്റായും കലഹിച്ചിടാം.

നിൻമേനി നെടുവീർപ്പായും
മഞ്ഞായും പോലുമേ തൊടാൻ
വയ്യെന്നു വിധിയെന്നാകിൽ
വക്കീൽ ഞാനനപത്യനാം.

കാക്കയ്ക്കു മറുജന്മങ്ങൾ
കാണുമോ യമധർമ്മരേ?
അച്ചുതപ്പാർന്ന വേദങ്ങൾ
നാവില്ലാത്ത സപത്നിമാർ.

3

പാപത്തിൻ ഗന്ധധൂമത്താൽ
നിറം മങ്ങിയ ദർപ്പണം
കാലന്റെ ചുമരിൽ നിന്നും
കള്ളക്കാമുകി നീക്കിനാൾ.

കണക്കൊരൽപ്പവും തെറ്റാ-
തോടുമീഘടികാരത്തിൻ
മണിക്കൂർ സൂചിയിൽച്ചാരി-
ക്കുന്തളം കോതി നിൽപ്പോളേ,

സമസ്തം നിന്റെയീ നിൽപ്പാൽ
സാധകങ്ങൾ പിഴയ്ക്കയായ്.
ഗുമസ്തൻ പൂഴ്ത്തിവെക്കുന്ന
ജാമ്യാപേക്ഷകൾ മാതിരി.

കാക്ക ചത്ത തുടക്കത്താ-
ലിട്ടിനം കലഹോന്മുഖം
അവശിഷ്ട സമാധാന-
പ്പന്തു നിന്റെ കളത്തിലും.

6

സുചിത്രയുടെ വനയാത്ര

എല്ലാ വനമഹോത്സവങ്ങൾക്കുമപ്പുറം
എന്നുമൊരു കുടം കണ്ണുനീർ.
എല്ലാ വനസ്ഥലികൾക്കും മറുപുറം
സങ്കടംവേകും മണൽപ്പരപ്പ്.

ഓരോ നെടുവീർപ്പിനോടും ഇഴപിണ-
ഞ്ഞാടാൻ ചവർപ്പിന്റെ പെൺവള്ളികൾ.
ആരോ ചിരിക്കുന്നുവെങ്കിലാരാവിലു-
ണ്ടാരാൻ നിലവിളി കുന്നുകളിൽ.

പൂരിപ്പിക്കാതെ നീ വിട്ട ഭാഗങ്ങളിൽ
പൂ കൊണ്ടു തൊട്ടുവോ ഗ്രീഷ്മസന്ധ്യ.
ആവിഷ്കരിക്കാൻ മറന്ന ഭാവങ്ങളാ-
ണാഗസ്റ്റുകാറ്റിന്നിലക്കുമ്പിളിൽ.
ആടിപ്പുളയാൻ കൊതിച്ച കാമങ്ങളാ-
ണാകസ്മികം നിന്റെ ഭാഗപത്രം.

ഇത്രയും വായിച്ചടയാളം വെക്കുമ്പോൾ
തൊട്ടരികിൽത്താൻ സുചിത്ര
പണ്ടേ പുരാവൃത്തമാകാൻ സ്വയംചമ-
ഞ്ഞെന്നെത്തൊടാത്ത വസന്തമിത്ര.

മൂകനായ വനപാലകനോട് സുചിത്ര പറഞ്ഞത്

കാട്ടിൽ മരുന്നു തിരയുവാനായ്
കാമുകനോടൊത്തു പോയവൾ ഞാൻ.
നാട്ടിൽ നഗരത്തിരക്കിലൽപ്പം
മാറ്റം കൊതിച്ചിവൾ വൃക്ഷമിത്ര.
'പക്ഷിമയം ലോക'മെന്നു കൈത്തണ്ടയിൽ
പച്ചകുത്തിച്ചവൻ ആർതർ.

മേഘലങ്ങൾപോലും കിളിത്തൂവലാണെന്നു
പാടുമശാന്തനാം ഭ്രാന്തൻ.
രണ്ടാളുമൊത്തു നിബിഡവനങ്ങളിൽ
സഞ്ചാരികളായലഞ്ഞു.

സുചിത്രയുടെ ഹൃദയവഴികൾ

ഒന്ന്

ചില്ലതോറും ഞാനുണക്കാൻ വിരിച്ചിട്ടൊ-
രെൻ കഞ്ചുകങ്ങൾ, മുലക്കച്ചകൾ,
ഒക്കെയശാന്തനാം കാറ്റുവന്നെന്തിനേ
ലജ്ജാരഹിതം പുണർന്നു.
ചിത്രവേണീപുരം വിട്ടുവന്നാസന്ന
ഹൃദ്യതകൾ പെൺകിളികൾ,
ഞാനുണക്കാൻ വിടർത്തിട്ട കാർകൂന്തലിൽ
ഈണം മണക്കുകയല്ലോ.

രണ്ട്

പച്ചക്കടുകും കുറുന്തോട്ടിയും നീല-
പത്മവും ചെങ്ങഴി നീരും
കർപ്പൂരവള്ളിയും കാട്ടുമന്ദാരവും
ചിറ്റമൃതും വാസനിക്കെ,
വെള്ളിനൂൽ പോലേ നിലാമഴത്തുള്ളികൾ
എന്നിലതിക്രമം കാട്ടി.
ചോദിക്കാനാരുമില്ലെന്നാകുമോ
ജീവപ്രകൃതിക്കുറുമ്പ്.

ചാരക്കഴുത്തെഴും ജൂണിലെപ്പുള്ളുകൾ
പേടിപ്പിക്കാനായ് ചിലയ്ക്കെ,
നിർവികാരം നീയിരിപ്പൂ
ഗർവാലിവളെത്തളർത്താൻ.
എത്രമേൽ ഞാനീയനാഥദാഹങ്ങളാം
പിച്ചകവള്ളികൾക്കമ്മയാകും?
എത്രകാലം ഞാനസുര മാസങ്ങൾക്കു
വെച്ചുവിളമ്പും പരിചാരിക.

മൂന്ന്

കുന്നിൻചെരുവിൽ ശതാവരിപ്പൊന്തയിൽ
ഇന്നോളം കാണാമഴപ്പാറ്റകൾ,
കണ്ണുതിരിയാക്കുരുടിപ്പഴങ്ങൾ തൻ
നെഞ്ചിൽ മുഖമമർത്തുന്നു.
എന്നെ രജസ്വലയെന്നു വിളിച്ചുനീ

എന്തിത്ര ദൂരത്തിരുത്താൻ?
എല്ലാ പ്രകൃതി വിഷാദതാളങ്ങളു-
മെന്നെപ്പകർത്തിത്തളർന്നു.
എല്ലാ പ്രവാസ നിയോഗവുമെന്നിലെ-
ച്ചന്ദ്രമദം തൊട്ടുറങ്ങി.
എല്ലാ പ്രഭാതവിശുദ്ധികൾക്കുള്ളിലും
എൻ ജപമാലകൾ ഞാന്നു.

ചിത്രകാരന്റെ
സഭാപ്രവേശം

അന്തിമഹാകാളൻ കുന്നിൽ വേടത്തിക-
ളമ്പു ചുടാൻ തീയെരിച്ചു.
കെട്ടു പിണയരുതേ വ്രതശുദ്ധരാം
മക്കളേ, യെന്നാർ മലകൾ.
ഇപ്പോൾ വനനദീതീരം, ഗുഹാമുഖം
പച്ചവെളിച്ചം പുതച്ചു.
പേരറിയാത്തോരപൂർവലതകൾ തൻ
വേരുമിലകളും നീട്ടി,
ദൂരെ നിന്നെത്തുമൊരാൾ വിഷഹാരിയെ-
ന്നീസർപ്പഗന്ധികൾ ചൊന്നു.

ഒട്ടും പരിചയമില്ലാതവൻ വന്നു
മുട്ടുകുത്തുന്നിതെൻ മുന്നിൽ.
ആട്ടിടയത്തികൾ പോലുമറിയാതെ
കാട്ടിൻ നടുവിലിതാരേ?
കാലുകൾ തട്ടിമറിഞ്ഞ ശിൽപ്പങ്ങളിൽ
ചോര പുകഞ്ഞു കത്തുന്നു.
നാനാതരം ഇലച്ചാന്താലവനെന്റെ
രൂപം വരയ്ക്കുന്നു കല്ലിൽ.

ജീവനുള്ള
വേരുകൾ

ഇമകളനങ്ങാതെ ഭിത്തിയിൽ ചാരി ഞാ-
നവനു വരയ്ക്കുവാൻ നിന്നു.
പാതിയും നഗ്നമാമെന്നുടലത്രമേൽ
വേഗം വരച്ചുതീർക്കുന്നു,
നൂറുതാളങ്ങളിലെൻ നെടുവീർപ്പിന്റെ
മേഘസന്ദേശം വരയ്ക്കെ,
നൂറുഗന്ധങ്ങളിലെൻ പ്രണയത്തിന്റെ
രീതിശാസ്ത്രങ്ങൾ വിരിഞ്ഞു.
നോക്കി നിൽക്കെത്താൻ ഞൊടിയിടകൊണ്ടവൻ

നേർത്ത വിഷാദമായ് മാഞ്ഞു.
കാട്ടിൽ ഗുഹാഭിത്തിയിൽ സർപ്പവേരുക-
ളാർത്തിപൂണ്ടെന്മേൽ പടർന്നു.
വാരിപ്പുണർന്നു പുണർന്നുയിരാർന്നവ
പ്രാണനിൽ കൊത്തിപ്പുളഞ്ഞു.
തെല്ലുമനങ്ങുവാനാവാതെ നിന്നുഞാൻ
ബന്ധിതയാം തേനിലഞ്ഞി.

ആർതർ
ദി ഗ്രേറ്റ്

കാട്ടിൽ മരുന്നു തിരയുവാൻ പോയവൾ
രാത്രിയെ പൂജിച്ചവൾ സുചിത്ര.
കാലത്രയ സ്വപ്നമാകാൻ ചിറകുകൾ
യാചിച്ച പാവം സുചിത്ര.

എങ്ങു നിന്നോ വളരെത്തിടുക്കത്തിൽ
വന്നിതെന്നുടെ മുന്നിലെൻ കാമുകൻ.
തൻ കിളിത്തൂവലാൽ ബന്ധനസ്ഥയാ-
മെൻകവിളിലവൻ തൊട്ടമാത്രയിൽ
വേരുകൾ പിൻവലിഞ്ഞി,തെൻ നെറ്റിയിൽ
കാമുകൻ മെല്ലെയുമ്മവെക്കുമ്പോൾ,
ചിത്രകാരൻ കഴുത്തിലണിഞ്ഞതായ്
ഒട്ടുമുന്നമേ കണ്ട പുലിനഖം.
ആർതറിന്റെ കഴുത്തി,ലീവിസ്മയം
ആരൊരാളോടു പങ്കുവെക്കുന്നു ഞാൻ.

7

ഡോ. പെണ്ണാടന്റെ പ്രബന്ധം

അച്ഛനമ്മമാർക്കാധിവളർത്തും
മക്കളെപ്പറ്റിയാണുപന്യാസം
എത്രയും കാര്യമാത്രപ്രസക്തം
ഒറ്റവായനയ്ക്കെല്ലാം ഹൃദിസ്ഥം.

പത്തുപേജിൽ കവിയാതെ കാര്യം
പച്ചയായ് വിവരിച്ച കേമത്തം
പണ്ടുതൊട്ടേ പഠന പ്രബന്ധം
നെയ്തു ശീലിച്ചതാം വിരൽച്ചന്തം.

നാടിനാപത്തണച്ചിടും വണ്ണം
നാശകാരികളാകുന്ന മക്കൾ;
മദ്യപാനം, മയക്കുമരുന്നിൻ
മർക്കടക്കൊടി പാറും കവാടം,
കത്തികാട്ടിക്കവർച്ച, കാർമോഷണം-
നിത്യവും തെരുവത്തുവക്കാണം.

പുത്തനാകും യുവജനഗാനം
സർഗ സാധന കൈവിട്ടയാനം
അക്കമിട്ടറിയിക്കും പ്രബന്ധം
ചർച്ചചെയ്യപ്പെടും പല തട്ടിൽ.

പട്ടണത്തിലെ പണ്ഡിതാത്മാക്കൾ,
സൃഷ്ടികർത്താക്കൾ, ചേരുമരങ്ങിൽ
ശുദ്ധ,മാംഗലവാണികിലുങ്ങും
മട്ടിലായതു വായിച്ചിടുമ്പോൾ,
കേമരാം ഭരണാധിപന്മാരാൽ
ഏറെ വാഴ്ത്തപ്പെടുമിവൻ നൂനം
പത്മഭൂഷൺ ശുപാർശ ചെയ്യപ്പെടാം
മറ്റനേകമാം സ്ഥാനമാനങ്ങൾ.

2

(ഭിത്തിയിൽ പ്രിയപ്പെട്ട പിതാവിൻ
പുഷ്പഹാരമനോഹരം ചിത്രം
കത്തിപോൽ തറച്ചേറുന്ന നോട്ടം!
വെച്ചുനീട്ടുന്നു വേദപ്രമാണം!)

പാതിമെയ്യാൾ ശഠിക്കെ,പ്പിതാവിനെ
ദൂരദൂരപുരത്തിലുദാരം
വൃദ്ധഗേഹത്തിലാക്കിയ കാര്യം
വിശ്വസിക്കില്ല കർത്താവുപോലും.

8

പേടിക്കുന്നിൽനിന്നു മടങ്ങാം

മരിച്ച നാഗത്താന്മാർ
വന്ധ്യമെ,ന്നകം പൊള്ളി-
ശ്ശപിച്ച കുന്നിൽ ദൈവ-
പ്പാലകൾ തിരിയിട്ടു.

ഗന്ധകാമുകന്മാരാം
രാക്ഷസാത്മാക്കൾവന്നു
സന്ധ്യയ്ക്കു നാമംചൊല്ലും
സതിയെപ്പുന്നാരിച്ചു.

“ആരാരും കാണാ,തന്തി-
ക്കുരുടിൽ സർപ്പക്കാവിൽ
പോരാമോ?” താലിത്തുമ്പിൽ
ചുംബിച്ചുചിലയ്ക്കുന്നു.

ഭൂതങ്ങൾ ശിവമന്ത്രം
ജപിച്ചുബലിയേറ്റും
നാവില്ലാമരത്തിന്മേൽ
ഞാലുന്നു ചാപിള്ളകൾ.

2

രുദ്രഗാന്ധാരച്ചാട്ട-
ചുഴറ്റി മഹാകാളൻ
മക്കളാം ധ്യാനങ്ങളെ
മൗനവാതിലിൽ നിർത്തി.

കാടേഴുമലഞ്ഞെത്തും
പൂരാടപ്പറക്കാളി
കാതിലെയോലച്ചുറ്റു
മുഴുക്കുന്നതും നോക്കി,

പാറമേൽ നിലാവുംകാ-
ഞ്ഞിരിക്കെശ്ശ്വവംതീനി-
പ്പാതിരാമക്കൾ കൂളി-
മാടന്മാർ പറന്നെത്തി.

അവർക്കുമോന്താൻ നരി-
ച്ചോരയിറ്റിയ്ക്കും ഗുഹ-
യ്ക്കകത്തേക്കാരേ നെറ്റി-
ക്കൊമ്പുമായ്ക്കടക്കുന്നു.

3

പേടിയാകുന്നോ നിന-
ക്കെങ്കിലീവനം വിട്ടു
ഗ്രാമത്തിൽ ധാന്യപ്പുരയ്-
ക്കരികിൽ കുടിപാർക്കാം.

നിന്ദിത ജനുസ്സുക-
ളുടച്ചു കാലം വാർക്കും
സങ്കടപാത്രങ്ങളിൽ
നമ്മളെ നിവേദിക്കാം.

ചാമയുമെള്ളും കൊത്താൻ
പിതൃക്കൾ ചകോരങ്ങ-
ളായ് വരുന്നേരം നിഴൽ
കൊണ്ടു നഗ്നത മൂടാം.

9

ഇങ്ങനെയും ഒരു സായന്തനം

കടൽച്ചേന വേവിച്ചിറക്കിപ്പടിഞ്ഞാ-
റടുപ്പത്തുവെള്ളം തിളപ്പിച്ചു സന്ധ്യ.
കിഴക്കോട്ടു പാടിക്കളിക്കാൻ തിരിച്ചോ-
രഴൽപ്പക്ഷിജാലം തിരിച്ചെത്തിയില്ല. 1

മഴക്കാറുതോക്കും പിടിച്ചന്തിമുക്കിൽ
നിഴൽക്കാവു തീണ്ടും വെടിക്കാരനന്ത്രു
മുയൽക്കുട്ടികൾക്കും വിഷുപ്പക്ഷികൾക്കും
മുകിൽപ്പൊത്തിനുള്ളിൽപ്പതുങ്ങിക്കിടക്കാം. 2

പണിക്കാരികൾക്കായ് തുറന്നിട്ട പിന്നാ-
മ്പുറത്തുള്ളൊരില്ലിക്കവാടത്തിലൂടെ,
നിലാവിന്റെ മക്കൾ, പശുക്കൾ, കിനാക്കൾ,
പതുക്കെ പ്രവേശിച്ചെരുത്തിൽ സുഭദ്രം. 3

മുടിക്കോലുയർത്തിക്കലമ്പുന്നുതോട്ടിൽ-
ക്കുളിക്കുന്ന കാലിച്ചെറുക്കൻ കറുമ്പൻ
നടയ്ക്കൽത്തൊഴാൻ നാസ്തികൻ ബ്രഹ്മദത്തൻ
മടിക്കുന്നു ഭസ്മംതൊടാച്ചക്രവാളം. 4

ശകാരിച്ചു പാഠം പഠിപ്പിക്കുവാൻ നീ
വിചാരിച്ചതെല്ലാമബദ്ധം സുചിത്രേ,
വികാരങ്ങൾ ചാനൽച്ചുവട്ടിൽത്തളച്ചി-
ട്ടൊരേമട്ടുചായം പുരട്ടുന്നു കണ്ണിൽ. 5

ഇരുൾക്കള്ളുമോന്തി,ത്തെറിപ്പാട്ടുതുപ്പി-
ക്കുതിക്കുന്നശാന്തൻ, ശിവൻ, ശീതവാതം.

വഴിക്കില്ലവേണ്ടുംവിധം വീതിയെന്നായ്
ശപിക്കുന്നുതെന്നിത്തെറിക്കുന്ന മോഹം. 6

വിളക്കിന്റെ ചോട്ടിൽ പ്പിടയ്ക്കുന്നിതെണ്ണ-
ക്കുരുക്കിൽ സ്വപക്ഷം കുഴഞ്ഞഗ്നിഭൃംഗം
ഒടുക്കം നിനക്കേറെദൂരത്തിലല്ലെ-
ന്നുരയ്ക്കുന്നുകാലം പടിഞ്ഞാട്ടുനോക്കി. 7

10

ഒരു കൊല്ലച്ചെറുക്കന്റെ മെയ്ദിന വർത്തമാനം

ഞങ്ങളിൽ ഞങ്ങളുയിർത്തെഴുനേൽക്കാൻ
സഹനാത്മകരാം താളപിതാക്കൾ,
അന്തിമഹാകാളൻ മുടിതോറു-
മുറക്കമിളയ്ക്കുകയല്ലോ.

ആവൂ, ഞങ്ങളെയാഴങ്ങളിൽ നി-
ന്നാരേ നേർന്നു വിളിപ്പൂ ദൈന്യം
കാലുകളില്ലാപ്പശി മാതാക്ക-
ളുയിർപ്പിന്മേൽപ്പക രാകുകയാമോ?

ആരോ പൊട്ടിയ മിഴികൾ തിരിയാ-
ഞ്ഞിരുളിൽ തട്ടിമറിച്ചൂ പെൺകുട-
മാവോളം മിഴിനീർപ്പുഴയായതു
ഭൂഗോളത്തെ വിഴുങ്ങുകയാമോ?

2

നല്ലാർ മക്കൾ കറുത്ത പറച്ചികൾ
വന്നാലും, ഈ രാശിക്കല്ലിൽ
തെല്ലിളവേൽക്കുക, കാലമുഴക്ക-
മുരച്ചു കൊളുത്തുക കുര്യാലകളിൽ.

ആരെടി മകളേ, താന്നിച്ചോട്ടിൽ
ശൂരച്ചെട്ടിക്കഴുവേറികളുടെ
വാണിഭനുണകൾ വിൽക്കാൻ നിന്നെ-
ക്കോട്ടയിലേയ്ക്കു ക്ഷണിക്കുവതിപ്പോൾ?
ചങ്കും കരളും കൊടിയും തുടയും
കണ്ണും പാട്ടും വേറെവേറെ
കിണ്ണങ്ങളിലവർ മഞ്ഞൾപ്പാലിൽ
കഴുകി നിരത്തും കാവുകൾതോറും.

3

ഇതു ഞാൻ നിന്നോ,ടന്നറിയിക്കെ-
ക്കാതും കണ്ണുമടച്ചവൾ നീയെൻ
പെരുവഴിമല്ലന്മാരാം മക്കടെ
ചന്ദ്രമരങ്ങളിൽ നത്തുകൾ തൂക്കി.

നിന്നെ ക്കോട്ടമുതുക്കനു വേണ്ടി-
ത്തീൻമേശയിലവർ വെച്ചുവിളമ്പും
അന്നക്കുട്ടി റബർപ്പാലൂറ്റിയ
മലകൾ വെട്ടിനിരത്തും

അവിടെത്തെങ്ങിനു പകരം കൂണുകൾ
വിഷമൂല നീട്ടി മുളച്ചു വിളിക്കും
ഇടവപ്പാതിയെ ലോഹപ്പലകകൾ
മുകളിൽപ്പാകി മറയ്ക്കും.

4

ഇടിവെട്ടുകളുടെ ചുടലക്കനലുകൾ
തുപ്പും യന്ത്രപ്പറയനെ നമ്മുടെ
നെടുവീർപ്പുകളുടെ തെയ്യത്തറയിൽ
സ്വപ്നച്ചോട്ടിലിരുത്തും.

ആഗോള പ്രതിഭാസം പട്ടിണി-
യെന്നു ചിലയ്ക്കും വെള്ളിക്കെട്ടൻ
ശീമത്തലയനെ വിവരപ്പെരുമാ-
ളെന്നു പുലങ്ങൾ പുലമ്പും.

ഇതു ഞാൻ നിന്നോടന്നറിയിക്കെ-
ച്ചപലൻ കരുവാനെന്നു പുലമ്പി
പടകലി വേണികൾ കാമുകിമാരുടെ
പാട്ടുടയാടകൾ കീറി.

5

എന്നിട്ടും ഞാൻ നിന്നോടൊപ്പം
മുന്നോട്ടും പിറകോട്ടും.
എന്നിട്ടും ഞാനെന്നിലെയെന്നിൽ
നിന്നിലെ നിന്നെയിരുത്തി.
മരുതിൻ കുറ്റിയിൽ നീലച്ചായം
തേച്ചുമിനുങ്ങും പെൺകട്ടിലുകൾ,
നിറയും നഗരച്ചന്തയിൽ മാരുത-
നൊപ്പം മാരുതി വിൽക്കും മൂപ്പൻ,

പെരുമലയത്താൻ, നദികൾ പിറക്കും
മലയുടെ വേരുകളൊറ്റിപിടിക്കെ,
മാനം വാറ്റിനിറച്ച രസായന-
മാതൃക കാട്ടിച്ചാനൽ ചിരിക്കെ
ഉദരംപൊട്ടി വരും തേൾമഴകൾ
സ്വരനേരുകളെ കൊത്തി വലിക്കെ,
അവസരവാദികൾ തിരുമുറിവിന്മേ-
ലമ്ലം വീഴ്ത്തി രസിച്ചു.

6

ഇത്തവണത്തെക്കൊടിയേറ്റത്തിനു
മൂത്താന്മാരുടെ കാവടിവേണ്ടാ,
പത്തുതരത്തിൽ ചുണ്ടുചുവക്കും
സ്വസ്തിക മുത്തം വേണ്ടാ.

തമ്മിൽത്തല്ലി തല കീറുന്നവർ
കൊണ്ടുവരുന്ന കൊളുന്തും വേണ്ടാ,
കൊല്ലക്കൊടുവാൾ മുനമേലൂന്നിയ
ധർമത്തീർപ്പും വേണ്ടേവേണ്ടാ.
പുലിയള്ളുകളിൽ പെൺചൂരേറ്റു
കുലയ്ക്കുമശാന്തൻ ചെക്കനു കണ്ണിൽ
തിരുവാതിരകൾ വിതച്ചു ചുവക്കും
തോറ്റമിതല്ലോ വേണ്ടൂ.

പറയാൻ വാക്കുകൾ വറ്റിയ മക്കടെ
പറയച്ചെണ്ടകളറയും ചേലിൽ,
ശിവഭൂതച്ചിരി, നരസിംഹത്തിരി-
ചേർത്തു തെറുത്തു കൊളുത്തുക നാം.

11

പിന്നെയും കാണും നമ്മൾ

വരുംകാലത്തെക്കുറി-
ച്ചിത്രമേൽ ഉൽക്കണ്ഠയോ
വസന്ത ചക്രത്തിലെ
പത്മിനിപ്രിയസന്ധ്യേ?

മേഘങ്ങൾ വല്ലാതെ മെയ്
ചുട്ടുപൊള്ളിക്കാം തോരാ-
പ്പേമഴ കണ്ണീർക്കുള-
മുണ്ടാക്കിക്കുളിപ്പിക്കാം.
ഒരു പൂപോലും ചൂടാ-
നില്ലാത്ത ഗ്രാമത്തിന്റെ
അവസാനത്തെ നെടു-
വീർപ്പതും പിരിഞ്ഞേക്കാം.

മക്കളെ റെയിലോര-
ത്തെറിഞ്ഞു മാതാക്കളാം
പച്ചിലപ്പാട്ടും പാണ്ടി-
പ്പാളയമണഞ്ഞേക്കാം

മുരുകക്കൊടി പൂക്കും
മലമേൽ ആട്ടിൻപറ്റം
ഇടയപ്പെണ്ണാമെന്റെ
കണ്ണുകൾ തിരഞ്ഞേക്കാം

ഈച്ചയാർക്കുന്നു ശവ-
പ്പൊന്തകൾ നഖം നീട്ടി
കാട്ടിലെപ്പാവം നേരി-
ന്നുടലിൽത്തിരഞ്ഞേക്കാം

എന്നാലുമെൻ യൗവന-
ച്ചെങ്കതിരൊറ്റപ്പൂവായ്
നിങ്ങൾക്കു കണികാണാൻ
വിടരാതിരിക്കില്ല.

ആശകൾ പാൽവള്ളിയായ്
നമ്മുടെ വേലിപ്പുറ-
മാകവേ നിറയുമ്പോൾ
തങ്ങളിൽക്കാണും നമ്മൾ.

12

മേരിവിജയം

'വാചകമേള'യ്ക്കിണങ്ങുന്ന വാക്കുകൾ
വാരിവിതച്ചു പരസ്പരം സുല്ലിട്ടു
വാരനാട്ടുള്ള വഴിയിലൂടങ്ങനെ
ഫ്രോയിഡും കുഞ്ചനും *സഞ്ചരിയ്ക്കെ,
സാക്ഷാൽ ഭഗവാനുമാപതിശങ്കരൻ
ഭാസ്കരപിള്ളയാം വക്കീൽ ഗുമസ്തനെ,
വാറ്റുചാരായസമൃദ്ധമാം സന്ധ്യയിൽ
മാറ്റിനിറുത്തിപ്പറഞ്ഞതാണീക്കഥ;
റോക്കറ്റുപോലെ കുതിച്ച തെറിക്കഥ;
മാർക്കറ്റിലില്ല പകർപ്പവകാശവും.

മുഞ്ഞി നന്നാകാഞ്ഞെറിഞ്ഞുടച്ചു
കണ്ണാടി കാമുകനാം കണാരൻ
ഡയറിയും പേനയും ദൂരത്തെറിഞ്ഞു
കവിത കനിയാഞ്ഞിട്ടരക്കിറുക്കൻ;
ഷാനവാസെന്നൊ'രൊറ്റക്കടുക്കൻ';
സീനത്തിനിളയവനാം ചെറുക്കൻ.

രണ്ട്

പ്രേമം തിരിച്ചുകിട്ടായ്കയാൽ കരികൊണ്ടു
സ്കൂളിന്റെ ഭിത്തിയിൽ തെറിയെഴുതി വെക്കുന്നു
രാഗിണിടീച്ചർ തൻ പിമ്പേനടന്നു തൻ
പാദങ്ങൾ തേഞ്ഞ കരാറുകാരൻ;
വേലഞ്ചിറക്കാരൻ വാരിജാക്ഷൻ;
നൂലുപോൽ തീരെ മെലിഞ്ഞ യക്ഷൻ.
മൈക്കാട്ടുവേലയ്ക്കൊരുങ്ങി വരാറുള്ള
തൈക്കാട്ടുശേരി സ്വദേശിയാം മേരിയെ,
നിത്യവും വാർക്കപ്പണിയ്ക്കിടയിൽച്ചെന്നു
തട്ടിയും മുട്ടിയും ബുദ്ധിമുട്ടിക്കുന്ന

ദുഷ്ടൻ ഞരമ്പുവലിവെഴും മൂപ്പനെ,
വെപ്പുപല്ലുള്ള വെളുത്ത വേലപ്പനെ,
ഗുൽഗുലുതിക്തകം പോലെ പൊറുക്കുന്നു
ഫൽഗുനൻ മേസ്തിരിയ്ക്കിഷ്ട പ്രണയിനി.
മേസ്തിരിച്ചെക്കനൊരിത്തിരി സംശയം,
നേർക്കുനേരേചെന്നു കാണാത്തതെങ്ങനെ
വാർത്തയാക്കാ,നതിനാൽ തമ്മിലിപ്പൊഴേ
കോർക്കേണ്ടതില്ലെന്നു തീരുമാനിച്ചവൻ
വാസ്തവപ്പൂവിൽ മുത്തുന്നു.

മൂന്ന്

ഇപ്രകാരം നദി പാതിവഴിയിൽ വന്നു
മുട്ടിനിൽക്കുമ്പോളൊരു ദിനം,വാർക്കുന്ന
കെട്ടിടത്തിൻ മുകളിൽനിന്നു വീണതാ
ചത്തൊടുങ്ങുന്നു കരാറുകാരൻ; ഇവിടെ
യുദ്ധകാണ്ഡം തുടങ്ങുന്നു; ശേഷം കഥകൾ
ശ്രദ്ധിച്ചുകേട്ടാലുമെന്നു കിളിമകൾ,
അൽപ്പമൊരങ്കലാപ്പോടെ; കിതപ്പെഴും
മുഗ്ധമാം ഭാവങ്ങളോടെ.

സർക്കാർ കരാർപ്പണം നൽകാഞ്ഞ തെറ്റിനാൽ
ഗത്യന്തരമൊന്നുമില്ലായ്കയാലാത്മ-
ഹത്യവരിച്ചതാണെന്നു സ്വലേയുടെ
ചിത്രസമൃദ്ധമാം സ്റ്റോറിയസംബ്ലിയിൽ
കത്തിപ്പടരുമിടിത്തീ; അതുംകൊണ്ടു
തൊട്ടുപിന്നാലെ വിമാനത്തിൽ ദില്ലിക്കു
വെച്ചുപിടിച്ചു തങ്കച്ചൻ.
എല്ലാമറിയുന്ന മേരിക്കിടംകണ്ണു
പൊന്നീച്ച വീണുകലങ്ങുന്നു; ഗ്രാമത്തി-
ലുയരേണ്ടതാ, മാതുരാലയം, 'ഭാർഗവീ-
നിലയ'മായ് മുടിയുന്നു; നീണ്ട നെടുവീർപ്പിനാൽ
ഉടൽവടിവു രേഖപ്പെടുത്തി നടകൊണ്ടാൾ
ഘനജഘനസമ്പന്നയാമിളംകള്ളി,
കവിതയിലുടക്കിത്തളിർത്ത പൂവള്ളി.

നാല്

കടവത്തിറങ്ങിക്കുളിച്ചപ്പുറം റാക്കു-
കടയിൽ നിന്നിത്തിരി മോന്തി,പ്പണിനെല്ലു
തലയിൽച്ചുമന്നാവഴിവന്ന കുട്ടന്റെ
മിഴികളുരുണ്ടുപോയ്, ടേപ്പിനാൽ കെട്ടിടം
അടിതൊട്ടളന്നൊരാൾ പൊട്ടിച്ചിരിക്കുന്നി-
തിരുളിന്റെ ചിറകടിക്കൊപ്പം; അലർച്ചയോ-

ടവിടെ വീണപ്പൊഴേ കുട്ടൻ പൊലിഞ്ഞു.
(പാതിരാതോറും കരാറുകാരൻ വന്നു
പാടുന്നു 'മാനസമൈനേ', അതിൽ തൃപ്ത-
നാകാഞ്ഞു കുട്ടനുടുക്കിന്റെ താളത്തിൽ
മൂളുന്നു 'തെയ്യത്തിനന്തോം')
ആറ്റുകടവിലേയ്ക്കാവഴിയുള്ളതാം
രാത്രിസഞ്ചാരം നിലച്ചു;
തോണി കടത്തുമജാനൂർക്കുമാരന്റെ
ജീവിതം മെല്ലെ മുരടിച്ചു;
അക്കരെ 'ബൾക്കീസിൽ' രണ്ടാം കളിക്കുള്ള
തിക്കും തിരക്കും ശമിച്ചു.
ചൂടെഴും തുണ്ടുകളിടയ്ക്കിടയ്ക്കെങ്കിലും
കേറാനറയ്ക്കുകയാണു ജനം; തിരി-
ച്ചാവഴി പോകേണ്ടതല്ലോ; ചെവിക്കകം
'മാനസമൈനേ' തിളച്ചു.

അഞ്ച്

മേരിയും മേസ്തിരിച്ചെക്കനുമൊന്നിച്ചു
ദൂരപുരത്തേയ്ക്ക് തീവണ്ടിയിൽക്കയറി
നാടുവിട്ടെന്ന നവീനകഥകേട്ടു
പാതിമയക്കത്തിൽനിന്നുമെഴുന്നേറ്റു
കാമുകൻ കാലം ചിലച്ചു; കുഴപ്പങ്ങൾ
കാമിനിമൂലമാണെന്ന തിരുവചനങ്ങൾ
രാഗിണിടീച്ചറിൽ മൗനം വിതച്ചു;
ഫ്രോയിഡും കുഞ്ചനും നോക്കിച്ചിരിച്ചു.
ദ്രാവിഡത്തേൻമൊഴിക്കവിതകൾ മുളച്ചു.
കഥ മുഴുവനും കേട്ട ഭാസ്കരഗുമസ്തന്റെ
നിറുകയിൽ ഗംഗാ ജലം തളിച്ചാസക്തി
തിരയുവാൻ മന്ത്രം ജപിച്ചു മഹേശ്വരൻ,
മറ്റൊരു ചാനലിൽ രുദ്രനടനത്തിനായ്
പെട്ടെന്നു ചെന്നവതരിച്ചു;
ഇത്ഥം സമാപ്തം ശുഭം മേരിവിജയം.

---

* കാമമാണ് സകലതിന്റെയും അടിസ്ഥാനമെന്ന് പാശ്ചാത്യ മനഃശാസ്ത്രജ്ഞർ പറഞ്ഞപ്പോൾ 'കനകംമൂലം കാമിനിമൂലം കലഹം' എന്ന ലോകതത്വം കുഞ്ചൻനമ്പ്യാർ അവതരിപ്പിച്ചതും വേറൊരർഥത്തിൽ ഇതുതന്നെയല്ലേ?

13

ഓമനത്തിങ്കൾക്കിടാവോ

കാപ്പിരിച്ചെക്കനെപ്പെറ്റ
വെള്ളക്കാരിയൊരമ്മയെ
കണ്ണിമയ്ക്കാതെ നോക്കുന്നു
പെണ്ണുങ്ങൾ കുട്ടനാട്ടുകാർ.

രാവിനെക്കൈപിടിച്ചെത്തും
സുപ്രഭാതമിതെന്നപോൽ
കറുത്തമ്പുവിനെക്കൂട്ടി
വെള്ളച്ചി വരവായിതേ.

കടയിൽ തൂങ്ങിയാടുന്ന
കളിപ്പാട്ടങ്ങളൊക്കെയും
കണ്ണന്നുവാങ്ങിനൽകുന്നു
പാൽക്കടൽ മകൾ ദേവകി.

സ്പ്രിങ്ങുപോലെ ചുരുണ്ടാർക്കും
ഉണ്ണിതൻ കേശസൗഭാഗ്യം
ചുവന്ന പ്ലാസ്റ്റിക് കുസുമം
ചേർത്തുകെട്ടുന്നിതമ്മിണി.

വഴിയോരമെഴും തട്ടു-
കടയിൽനിന്നു കൗതുകാൽ
ദോശ വാങ്ങിക്കൊടുക്കുന്നു
ബിനുവിന്നമ്മ സൈനബ.

രണ്ട്

ജട്ടിയിൽ ജനമേറുമ്പോ-
ളമ്മയ്ക്കുള്ളിലൊരുത്സവം
ഉണ്ണിയെ മഞ്ഞചുറ്റിച്ചാൾ
*പൂതപ്പാട്ടിലെയമ്മപോൽ

കാപ്പിരിക്കണ്ണനെ നോക്കി
ബോട്ടിന്റെ പടിവാതിലിൽ

മുഴുത്ത നാഭിയും കാട്ടി
കുട്ടനാട്ടിളമാൻകൊടി.

പുരികക്കൊടിയിൽ വിങ്ങും
ചോദ്യമിങ്ങനെയാവണം.
ഇവൾക്കിതലസിപ്പിക്കാൻ
തോന്നാതായതുമെങ്ങനെ?

കുട്ടനാടൻ കുലസ്ത്രീതൻ
കരൾവായിച്ചറിഞ്ഞപോൽ
ഓമനത്തിങ്കളേയമ്മ
സേതുപാർവതി പുൽകിനാൾ.

ആമസോൺ കാട്ടിലെക്കൊമ്പൻ
വള്ളിയിൽ തൂങ്ങിയാടുന്നോൻ,
കരുത്തൻ ടാർസനാം ഭീമൻ
കണ്ണിൽ വന്നുചിരിച്ചപോൽ

ആഷാഢക്കരിവാവിന്റെ
കാക്കപ്പൂവിതൾ നെറ്റിയിൽ
തോരാതെ മുത്തമിട്ടമ്മ
ഭൂതാവേശ വിശുദ്ധിപോൽ.

* പൂതപ്പാട്ട്: ഇടശ്ശേരിയുടെ പ്രസിദ്ധമായ കവിത

14

ശ്രീ കുരുംബക്കോട്ട വാഴും ശ്യാമകല്യാണി

വാക്കിന്റെ വക്ഷോജങ്ങൾ
ചുരത്തും തേനിറ്റും നിൻ
നോക്കിന്മേൽ പ്രണയം ഞാ-
നെഴുതിപ്പഠിക്കുമ്പോൾ,

കാവായകാവെല്ലാമേ
പൂത്തെന്നു മനസ്സിന്റെ
നാവായനെടുവീർപ്പാ-
ലെന്നെനീ തിരുത്തുമ്പോൾ,
നിൻഗന്ധമദമേറ്റാൽ
പൂവിടുമെൻ ചാമ്പതൻ
തുഞ്ചത്തുരാത്രിക്കൂട്ടി-
ന്നോർമ്മകൾ ചിലച്ചെത്തി.

ശീതമാരുതമേറ്റു-
വിറയ്ക്കുന്നേരത്തുമെ-
ന്തീവിധം വിയർക്കുന്ന-
തെന്നു ഞാൻ ചോദിച്ചോട്ടെ.
നിൻ സ്വരകല്യാണികൾ,

രതിപുത്രികൾ നുള്ളി-
ച്ചന്ദനം മണപ്പിച്ച
നെഞ്ചിലെക്കള്ളിച്ചോട്ടിൽ,
മുള്ളിലപ്പഴം നേദി-
ച്ചെൻതമോഗുണം നിന്റെ
സമ്മതം ചോദിക്കുന്നു
വിരൽത്തുമ്പിന്മേൽ മുത്താൻ.

2

ഗുരുദ്വാരയിൽനിന്നു
പുറത്തേയ്ക്കിറങ്ങുമ്പോൾ,
മഴച്ചേലണിഞ്ഞീറൻ
നേരിന്മേൽ തായമ്പക
വാർമുടിപ്പുഴ, വഴി
മുട്ടിയകുന്നിൽക്കൊതി-
വാനരമാൺവാസന-
ത്തിങ്കളെക്കൈകൂപ്പുമ്പോൾ,

കടക്കണ്ണിലെക്കാട്ടു-
കടന്നൽ മൂളിപ്പറ-
ന്നടുക്കെനിൻസോപാന-
പ്പടിമേൽ പ്രണമിച്ചേൻ

രുദ്രയായ്ച്ചിരിച്ചിരു-
തോളിലും പിടിച്ചെന്നെ
മുത്തുമെൻതായേ നീയേ
ഗുപ്തസാമ്രാജ്യശ്രീയാൾ.

ചിത്രദുർഗയിൽ, ഖണ്ഡ-
ഗിരിയിൽ, തഞ്ചാവൂരിൽ,
*ഇക്കേരിനായ്ക്കന്മാർ തൻ
കോട്ടയിൽ, മേവാറിലും
ഉടവാളിന്മേൽവീഴും
കണ്ണുനീർതുടച്ചെന്റെ
മുറിവിൽ കിളിത്തൂവൽ
കൊണ്ടുനീ തലോടുന്നു.

3

താമ്രപർണികൾ, നേത്രാ-
വതികൾ, തഴുകും നി-
ന്നാമ്രസാമ്രാജ്യച്ചൂടേ-
റ്റെൻകൊടിപറക്കുമ്പോൾ,

---

* ബേക്കൽകോട്ടയും, കാഞ്ഞങ്ങാട്ടെ കോട്ടയും മറ്റും പണിതീർത്തത് ഇക്കേരി നായ്ക്കന്മാർ എന്നു ചരിത്രം

വാളുറയോടെ നീക്കി
നെറ്റിയിൽച്ചുംബിച്ചോളേ,
റാണിപത്മിനീ, ചിറ്റൂർ-
ക്കോട്ടയിൽ സുഖമാണോ?

എന്നെകൊണ്ടെഴുതിച്ചു
വാങ്ങിച്ച ദുർഗാസ്തവ-
സങ്കടനിർമ്മാല്യങ്ങൾ
രാത്രിയിൽ പൂക്കാറുണ്ടോ?

15

വൃക്ഷസങ്കടം

മരമായിരുന്നപ്പോൾ പെണ്ണാനകൾക്കെന്നും
മുതുകുരുമ്മാൻ തരപ്പെട്ടിരുന്നു.
മണിയറക്കട്ടിലായ് മാറുമെന്നോർത്തീല
മതികെട്ട മർത്യവിലാസജാലം.

ഇലകൾക്കു ഹരിതകമിരന്നു സവിതാവിനോ-
ടിന്ദ്രിയം പൂട്ടി ജപിച്ചുനിൽക്കെ
മുതുവേരിലത്രയും പാകൃജനകത്തിന്റെ
ദുരിത സമ്പാദ്യങ്ങൾ കരുതിവെക്കെ,
കടവേരുകൾ പൊട്ടി ബന്ധങ്ങളായ്ക്കാടു-
നിറയുന്ന രീതിശാസ്ത്രങ്ങൾ തൊട്ടൂ.
കലപിലകൾ, കരിയിലക,ളിഴയുന്ന പാമ്പിനെ
പൊതിയുന്ന നീലരഹസ്യങ്ങളായ്.

മലചുവപ്പിക്കുന്ന സന്ധ്യയോടാതങ്ക-
വചനങ്ങളാലകംതൊട്ടൂ
മറിമായമറിയാത്ത മറകളിൽ കാറ്റുകൾ
മന്ത്രവ്യാഖ്യാനങ്ങൾ തേടി.
ഇലകളും വേരുമെടുത്തു പരിശോധിച്ചു
കുലനിർണയം നടത്താനായ്
നഗരകലാലയ നായാടി മക്കൾക്കു
നഗ്നനായ് നിന്നു കൊടുത്തു.

പുഴയിലേയ്ക്കൊരു കണ്ണുവേണമെന്നമ്മമാർ
ശീലം പഠിപ്പിച്ചതോർത്തു.
വിവരങ്ങളറിയാനൊഴുക്കത്തു വിട്ടതാം
പൂക്കൾ തിരിച്ചെത്തിയില്ല.
അകലപുരങ്ങളിൽ ചേറിൽപ്പുതഞ്ഞവ
ചരമഗീതം പൂരിപ്പിച്ചു.

16

പൂർവാശ്രമം

കഠിനസാത്വികനാം മുനി,പട്ടിണി-
പ്പടയിലാണിടം, കാമകാണ്ഡങ്ങളിൽ
തുണിയുടുക്കൽ വെടിഞ്ഞു പെണ്ണാറുകൾ-
ക്കരികിലായോധനോൽസുകം ജീവിതം.

ചിരപുരാതന കമ്പ്യൂട്ടറിൻ ബലി-
ച്ചുരികതാങ്കളെത്തേടിയിന്നോളവും
ചപലമാം ബാബിലോണിയൻകാറ്റിലും
ഹിമവനത്തിൽപ്പതിഞ്ഞ കാൽപ്പാടിലും.

യതികൾ സൂഫികളാ,യേകതാരയിൽ
വിരഹമീരയെ വാഴ്ത്തും ഡിസംബറിൻ
കപടനീൾമിഴിത്തുമ്പിലെക്കണ്ണുനീർ-
ക്കണിക പൂജിച്ചൊരല്ലഗീതത്തിലും,
ചതികൾ വേറിട്ടറിഞ്ഞു ചിലയ്ക്കുമെൻ
കലഹപക്ഷികൾ നിന്നെത്തിരഞ്ഞുപോൽ.

ഒടുവിലാകസ്മികങ്ങളാം മക്കൾ തൻ
ഇടയജന്മം പുതച്ച ചെമ്പട്ടുമായ്
മലയിറങ്ങി നീ വന്നൂ കപാലിതൻ
പ്രണയമായ്, കരൾ കത്തുന്നൊരൂർജമായ്

ചമരിമാനുകൾക്കൊപ്പം നദീമുഖ-
ത്തവതരിച്ച നിൻ ബ്രഹ്മസൂത്രങ്ങളെ
ഗണികമാർ തിരുവാതിരത്തിങ്കൾ തൻ
കിരണനൂലിൽ ജപിച്ചുകെട്ടുന്നിടം
പുഴകടന്നു മരങ്ങൾക്കിടയിൽ നിൻ
തിരുവുടൽ കണ്ടു ഭൂർജപത്രങ്ങളും.
തടിമിടുക്കെഴും പ്രേമഖലാസിമാർ
തരുണ സിംഫണി വിൽക്കും വിപണിയിൽ

ലവണമുഗ്ധമാം പെൺമാതളങ്ങൾ തൻ
വിരഹവാതകം കത്തും ചുടലയിൽ
ദുരിതജാതകം കീറി നേദിക്കുമെൻ
ഖരഹരപ്രിയ കേട്ടു കനിഞ്ഞു നീ
അരികിൽ വന്നിദം ലോഹാംഗുലികളെൻ
നിറുകയിൽ വെച്ചനുഗ്രഹിക്കുന്നുവോ?
വെയിൽ തിളക്കുമീ മൗനസരസ്സിലെ
വ്യസനനീരജം താണു ചുംബിക്കയോ?

17

വരുന്ന നൂറ്റാണ്ടിലെ ഒരു ശിലാശാസനം

ഭിക്ഷുവായ് സ്വയം വേഷം
മാറിയ കള്ളസ്വപ്നം
അപ്രതീക്ഷിതങ്ങൾക്കു
നേർക്കുപോയ്ക്കൈനീട്ടുന്നു.

ഓർക്കാതെ ചില നേരം
വെള്ളിയും മുത്തുംകിട്ടി
ചേർത്തുവെച്ചെല്ലാം പുക
പൂശിയ മൺചട്ടിയിൽ.

ഇരന്നുവാങ്ങിച്ചവ
യെങ്കിലും ധനമല്ലോ
കുരുന്നു മൗനങ്ങൾക്കു
വായ്ക്കരിക്കിവയല്ലോ.

വഴിയമ്പലങ്ങളി
ലുറങ്ങിച്ചിരിക്കാത്ത
നിഴൽവള്ളിയിൽ നീല
ച്ചന്ദ്രനായ് കടംവീട്ടി,
എത്രനാൾ 'ധർമാധർമ'-
മെന്നു കൈനീട്ടും മന്ത്ര-
ശുദ്ധരാം വികാരങ്ങൾ
ജാതകം ചോദിക്കുന്നു.

ഒരുനാൾ രജപുത്ര
വധുക്കൾ വാൾത്തുമ്പാലീ
കവി വേഷത്തിൻ കാവി-
പ്പൊയ്മുഖമറുത്തേക്കാം.

കൊട്ടാരമുറ്റത്തറ്റു
വീഴുമാ ശിരസിന്മേൽ

തൽക്കാല സായുജ്യങ്ങൾ
ചന്ദനം ചാർത്തിച്ചേക്കാം.

എങ്കിലും നേരായ്പ്പാടാൻ
കഴിയാഞ്ഞതിലുള്ള
സങ്കട,മനാവൃഷ്ടി-
ത്തിങ്കളായ്ച്ചിരിച്ചേക്കാം.

ചിരികൾ വ്യാഖ്യാനിക്കാൻ
പേരെഴും മനംനോക്കി
മുനികളതും ചോര-
പ്പൂവെന്നു കൽപ്പിച്ചേക്കാം.

17

നാവില്ലാനദികളേ മാപ്പ്

എണ്ണക്കിണ്ണമതിൻ വക്കിൽ
സ്വർണക്കടുകിതെന്ന പോൽ
സൃഗാലമല്ലനെച്ചാരി
കോണ്ടോലിസ*[1] ചിരിക്കവേ,

നാട്ടുകൊട്ടകയിൽ വെള്ളി-
ത്തിരയിൽ നിഴലുത്സവം;
പകച്ചു സ്ക്രീനിലേയ്ക്കുറ്റു
നോക്കുന്നു പഞ്ചശീലങ്ങൾ.

ഓരോ ഷോട്ടുകളായ്ച്ചിത്രം
തീരെയുദ്വേഗ പൂരിതം;
കത്രിക സ്പർശമേശാത്ത
ഫെസ്റ്റിവൽപ്പടമല്ലയോ!

മുന്നിലേക ധ്രുവൻ നിൽപ്പൂ
മുഞ്ഞബാധിച്ചൊരാസ്തികൻ;
കാകോളക്കോളതൻ മച്ചാൻ,
വെള്ളപൂശിയൊരെണ്ണയാൻ.

അവന്റെ സ്റ്റെപ്പിനിക്കാലായ്
നിൽപ്പൂതൊമ്മി*[2] വിധേയനായ്
പാർഥനും ബുദ്ധനും വാണോ-
രാൺമണ്ണിൻ വെടലച്ചിരി.

പഞ്ചാബിൻ നെഞ്ചിലെച്ചോര
വാകയായ്ക്കനൽ തുപ്പവേ,
പച്ചനോട്ടിൽ മുഖം പൂഴ്ത്തി-
ക്കണ്ണീരൊപ്പുന്നു ഗാന്ധിജി.

ആരക്കാലുകളാമിന്ത്യൻ
ദൂരക്കാഴ്ചകളത്രയും

സാരനാഥം മഹാശ്ചര്യം
ഊരിവിൽക്കുന്നിതൂഷരൻ.

രണ്ട്

ഉരുക്കു മുസലത്താലീ-
ക്കിറുക്കൻ വാരണത്താനെ,
കൗപീനം കെട്ടിക്കാനായ്
പീനസ്തനികളെത്തവേ,

നൃത്തസാധ്യത കണ്ടാറേ,
നിർവൃതിക്കൊണ്ടു കാലുകൾ,
കണ്ടൽക്കാടുകളിൽ വിളയും
കരിഞ്ഞണ്ടുകൾ മാതിരി.

കൊഴുക്കും സംഘനൃത്തത്തിൽ
കോഴത്തിങ്കളുദിക്കയായ്,
ഇറച്ചിപ്പെൺമണം പൂക്കു-
ന്നിന്ദ്രിയപ്രസ്ഥമാകവേ.

ചേരിചേരാ വരമ്പിന്മേ-
ലിരിക്കും വരയോന്തിനെ,
കൂറ്റനാം കടലാനയായ്
മാറ്റിനാരിന്റർനെറ്റുകൾ.

സെപ്തംബർ പതിനൊന്നിന്മേൽ
മേത്തൻമണി ചിലയ്ക്കവേ,
ഇടവേളയിതെന്നാർത്തു
*[3]ലാദവൈദ്യ വിശാരദർ.

നൃത്തവും കുളിയും പാട്ടും
ഭക്തിയും സ്റ്റണ്ടുമൊന്നുപോൽ
ചേരേണ്ടുംപടിചേർന്നുള്ള
*[4] ഐസൻസ്റ്റീനാരുതാനിവൻ?

പുളിച്ചനഞ്ചിൽ വീണാത്മാ-
വാകെപ്പൊള്ളിയ ഗൗളിയെ
വ്യാളിയെന്നാർത്തു തുള്ളുന്നി-
തധോ വസ്ത്രവണിക്കുകൾ.

മൂന്ന്

കുത്തുപാളത്തിളക്കത്താൽ
*[5] പോത്തൻ വാവ ചിരിക്കവേ,

കല്യാണി മുല്ലയെപ്പുൽകി-
ക്കാൾമീരാപ്പിൾ തുടുത്തുവോ?

നട്ടെല്ലു തിരിയെച്ചോദി-
ച്ചൊട്ടിയോരുദരം കാട്ടി
*[6] ദധീചി വന്നുനിൽക്കുന്നു
ദക്ഷയാഗ ഹവിസ്സുപോൽ,

ചെങ്കോട്ടയ്ക്കരികിൽ രാവിൽ
ചെന്നുവീണസുരത്തല,
ആണവോർജപ്പണിക്കന്മാ-
രെയ്തു വിട്ടോരഹന്തയോ?

സ്റ്റണ്ടും സെക്സുമൊരേ മട്ടിൽ
ഉണ്ടായാലുചിതം പടം
എങ്കിലേ കഷ്ടരാജ്യത്തെ
സങ്കടപ്പട വീണിടൂ.

ക്യാമറ സോമാലിയ*[7] തൻ
മാറിൽ മിഴികളാഴ്ത്തവേ,
കാമറൂൺ കാബറേക്കണ്ണി-
ലൂണായൂഷരയോഷകൾ.

ലോകച്ചന്തയിരമ്പുന്നൂ
സ്റ്റീരിയോ പരിരംഭണാൽ
ആസ്ഥാന ഷട്കാലന്മാ-
രാർക്കുന്നൂ മൃതഭൈരവി.

പാലിഭാഷയിൽ നാം പണ്ടേ
പാടിക്കേട്ടോരെഴുത്തുകൾ
അന്ധനാം*[8] കുരുമൂത്താനോ
ബന്ധുരം പനസക്കുരു.

നാല്

മന്തിന്മേൽ കൊടിനാട്ടുന്ന
നെയ്യുറുമ്പുകൾ ഷെർപ്പകൾ
ഇതുതാൻ എവറെസ്റ്റെന്നു
ഹിസ്റ്റീരിയ വിളമ്പവേ,

രണ്ടാംപാതിയതിൽക്കപ്പൽ*[9]
ആണ്ടുപോകണമാഴിയിൽ
വെള്ളത്തിനടിയിൽപ്പോലും
വേണം സുതാര്യത.

സമസ്ത മാസപ്പിറയും
ചാവേറായ് വിറകൊള്ളവേ,
ഉടുമ്പിന്നുയിരായ്ച്ചെയറിൽ
പച്ചകുത്തിയ മാന്യരേ,

ദൂരെത്താങ്കൾ കരിപ്പൂരിൽ
പുഷ്പകത്തിലിറങ്ങവേ,
നയൻതാരകളായ് വിളറി-
പ്രാകുന്നുണ്ടു മലക്കുകൾ.

ക്ലീബകോമളനെപ്പണ്ടു
ക്ലിന്റൻ പുൽകിയൊരഗ്ലിയാൽ
ചുമ്മാതെ സാമ്രാജ്യത്വ-
ച്ചുംബനപ്പനിയിപ്പൊഴും.

സർവാംഗം ചൊറിപൊട്ടുമ്പോൾ
*10 അഷ്ടാംഗഹൃദയം തുണ.
അതിനാലിന്ത്യയിൽനിന്നു-
മാകാം ബാക്കികിറുക്കുകൾ.

---

*1 പ്രമുഖയായ അമേരിക്കൻ ഭരണാധികാരി
*2 സക്കറിയയുടെ ഒരു കഥാപാത്രം; അടൂരിന്റെ സിനിമയിലേയും
*3 ബിൻലാദൻ
*4 റഷ്യയിലെ പ്രമുഖ ചലച്ചിത്രകാരനായിരുന്നു
*5 മമ്മൂട്ടിയുടെ ഒരു കഥാപാത്രം
*6 ഇന്ദ്രന് വജ്രായുധം നിർമിക്കാനായി നട്ടെല്ലു സമ്മാനിച്ച മഹർഷി
*7 പട്ടിണി കരാളനൃത്തമാടുന്ന ആഫ്രിക്കൻ രാജ്യം
*8 ധൃതരാഷ്ട്രർ
*9 ടൈറ്റാനിക് ഓർമിക്കുക
*10 ആയുർവേദത്തിന്റെ പ്രമാണഗ്രന്ഥം

19

അമ്പൂരിയിൽ തോറ്റതിന് ആന്റിയോട്

അമ്പൂരിയിൽവെച്ചു മീശകുരുക്കാത്ത
സന്തോഷിനോടേറ്റുതോറ്റശേഷം
പന്തുകളിയെന്ന വാക്കുപോലും സാമി-
നെന്തൊരലർജിയായ്ത്തീർന്നു.
എതിരായ ടീമിനെ നയിച്ച സന്തോഷിനോ-
ടതിരറ്റ വൈരാഗ്യമന്നുതൊട്ടേ.
എന്നിട്ടും പിന്നെയുമമ്പൂരിയിൽത്തന്നെ
പന്തുകളിക്കുവാൻ ചെന്നതെന്തേ?

2

ഇക്കുറി നൂറുതരം ജയമെന്നെല്ലാ
മക്കളും ചേർന്നു പറഞ്ഞിളക്കി.
റോട്ടറി ക്ലബ്ബിലെ ഡോക്ടറും ഭാര്യയും
ആത്മാർഥമായ് വന്നനുഗ്രഹിച്ചു.
നെറ്റിയും ഗ്ലാസും പരസ്പരം മുട്ടിച്ചും
നെഞ്ചിൽ കുരിശുവരച്ചും
ക്ലബ്ബിൽത്തലേരാത്രി വൻവിജയം നേർന്നു
മിസ്സിസ് മിരാൻഡ പറഞ്ഞയച്ചു.
ഇല്ലവൾക്കപ്പുറം രണ്ടുപക്ഷം; ജയം
'കൊല്ലം ഡെവിൾസി'നു തന്നെ

3

എങ്കിലും പിന്നെയുമമ്പൂരിയിൽച്ചെന്നു
സങ്കടപൂർവം തിരിച്ചുപോന്നു.
അമ്പൂരിക്കാരാമഹങ്കാരിപ്പെണ്ണുങ്ങൾ
ചമ്മിച്ചു കൂവിപ്പറഞ്ഞയച്ചു.
തോറ്റുതളർന്നു തലകുനിച്ചങ്ങനെ

വീട്ടിലൊരുവിധം വന്നുകേറി.
തെക്കേവരാന്തയിൽ ചാരുകസേരയിൽ
ഇത്തിരിനേരം കിടക്കാം.
ഷർമിളാ കോട്ടേജിൽ ട്യൂഷനെടുക്കുവാ-
നെന്നും വരാറുള്ള ശ്രീരഞ്ജിനി
കൺമുനത്തുമ്പാൽ തഴുകുമതേറ്റേറ്റു
സങ്കടം തെല്ലുമറക്കാം.
ഇങ്ങനെ ചിന്തിച്ചു വന്നുകേറുന്നേര-
മുണ്ടൊരുമാരണം മുന്നിൽ.

4

തെക്കേവരാന്തയിൽ, ചാരുകസേരയ്ക്കു
തൊട്ടരികത്തതാ നിർമ്മലാന്റി
സ്റ്റൂളും കണ്ണാടിയും ബ്രഷുമൊരിത്തിരി
സ്മോളുമായ് മന്ദഹസിപ്പൂ
നെറ്റിയിൽ വീണുകിടക്കും നരവീണ
കുറ്റിരോമങ്ങൾ പിഴുതുമാറ്റി,
ബാക്കിഭാഗത്തു കറുത്ത ചായം തേച്ചു
ബ്യൂട്ടിവരുത്തുന്ന തൈക്കിഴവി,
കണ്ടുപിടിച്ചു നിൻ കള്ളം സമസ്തവു-
മെന്ന ഭാവത്തിൽ ചിരിച്ചടുക്കെ,
കൊല്ലം ഡെവിൾസിനു നേർക്കൊരു പന്തുമായ്
സന്തോഷ് കുതിച്ചു വരുന്നുവെന്നോ!

5

ഒറ്റച്ചവിട്ടിനു സ്റ്റൂളും കണ്ണാടിയും
മുറ്റത്തുചെന്നു തെറിച്ചുവീണു.
ചെക്കനു ഭ്രാന്തുപിടിച്ചിതെന്നാർത്തതാ
തെക്കോട്ടു പായുന്നു നിർമ്മലാന്റി.
കൂട്ടബഹളം, നിലവിളി, റോമിയോ
കൂട്ടിൽക്കിടന്നു കുരച്ചുചാടി.

---

* തിരുവനന്തപുരം ജില്ലയിൽ കുടിയേറ്റക്കാർ കൂടുതലുള്ള ഒരു മലമ്പ്രദേശം

20

ശേഖരൻ കണ്ട കാഴ്ചകൾ

മുടിപറ്റെവെട്ടിയോരിടയൻ
മുതുകത്തു മുഴയുള്ളൊരിടയൻ
ഒട്ടകത്തോലിന്റെ പൊക്കണത്തിൽ
പച്ചനെല്ലിക്കയും ചാമ്പയ്ക്കയും,
തേനും മുളങ്കൂമ്പും കൂവരകും
ആനവാൽകൊണ്ടുള്ള മോതിരവും.

കരിമലയ്ക്കെത്ര മടക്കിതെന്നും
നരിമടയേതൊക്കെ ദിക്കിലെന്നും
കിറുകൃത്യമറിയും കിറുക്കനാം കാമുകൻ
വനനീല പെറ്റ മലഞ്ചെറുക്കൻ.

കുന്നിൻചെരുവിലെ നേർത്ത വഴിയിലൂ-
ടൊന്നിനുപിന്നിൽ മറ്റൊന്നായ്
ചെന്നായ്ക്കുലത്തെത്തെളിച്ചതാപോകുന്നു
പുല്ലാങ്കുഴൽ പാട്ടുകാരൻ.

രണ്ട്

സാനുവിൽ കാട്ടശോകം ചാരിനിൽക്കുന്ന
സേനാപതീപുരംകാരനാം ശേഖരൻ
ഒന്നാമതിക്കാഴ്ച കണ്ടു, മിഴികളിൽ
പൊന്നീച്ച പോയതുപോലെ.

ഉള്ളമണ്ണത്രയും വിറ്റുപെറുക്കിയൊ-
രൊമ്പതുകൊല്ലങ്ങൾ മുന്നം,
വന്ന കുടിയേറ്റക്കാരനാം ശേഖരൻ
ഒന്നാന്തരം കൃഷിക്കാരൻ.

ഒത്തിരിനേരം മിനിസ്ക്രീനിനുമുന്നിൽ
കുത്തിയിരുന്നേ പുളിപ്പാർന്ന കണ്ണുകൾ
തോർത്തിന്റെ തുമ്പാലമർത്തിത്തുടച്ചയാൾ
സൂക്ഷിച്ചുപിന്നെയും നോക്കി.

ആടിനേക്കാളുമനുസരണാശീല-
മേറുമിവയ്ക്കെന്ന നേരറിവാൽ,
ചെന്നായ്ക്കുലത്തെപ്പുലർത്തുമിടയനിൽ
ചിന്നദൈവം കൃപചേർപ്പൂ.

മൂന്ന്

പാത്തും പതുങ്ങിയും ആലയ്ക്കുചുറ്റിലും
നേർത്ത നിലാവത്തുനിൽക്കാത്തവർ,
അസ്തമയത്തിനുമേറെ മുന്നം
ആലയിൽ വന്നുറങ്ങുന്നോർ,
പച്ചയിറച്ചി പോരെന്നൊരു നേരവും
ഒച്ചവെയ്ക്കാത്ത പാവങ്ങൾ,
ആലകൾവേണ്ട, തുറന്ന മരത്തണൽ
ആയാലും വേണ്ടില്ലെന്നുള്ളോർ;
ഇത്രയും കാലമീക്കാടും കവിതയും
തെറ്റിദ്ധരിച്ചിതിവരെ.

കാടുകൾ പൂത്തുലയുമ്പോൾ,
ശേഖരൻനോക്കി നിൽക്കുമ്പോൾ,
തോട്ടുകടവിലിറങ്ങുന്ന ചെന്നായ്ക്കൾ
ആർത്തിയാൽ വെള്ളം കുടിയ്ക്കെ,
കുറ്റിപറിച്ചു കൊണ്ടെത്തിയ കോലാട്ടിൻ
പറ്റം ജലം കലക്കുന്നു.
താടി വളർത്തിയ മുട്ടനാടിൻ പട
ആരെടാ നീയെന്ന മട്ടിൽ,
നെറ്റികൂർപ്പിക്കെക്കരഞ്ഞുതൊഴുതിതാ
മുട്ടുകുത്തുന്നു ചെന്നായ്ക്കൾ.

നാല്

പാടേ കറങ്ങിത്തിരിഞ്ഞും തിരുമിഴി-
പ്പാതി നിലാക്കെട്ടഴിഞ്ഞും
ചുറ്റുപാവാടച്ചരടു പൊട്ടിച്ചിതാ
നിൽപ്പൂ വിശുദ്ധചരിത്രം.
പിന്നെയുമേറെ വിശേഷാൽപ്രതികളിൽ
പന്നക്കവിതകൾ ചേർത്തു.
പിന്നെയുമെത്രയോ സീരിയൽ, വീട്ടമ്മ-
യ്ക്കുള്ളിൽ കനൽകോരിയിട്ടു.

മലയടിവാരത്തെ മാടപ്പുരകളിൽ
ബിരിയാണി ഗന്ധം പരക്കെ,
മരുതും ചീലാന്തിയും പൂത്തുനിൽക്കെ,
ഒരുദിനം ശേഖരൻ നോക്കിനിൽക്കെ,

ഇടയന്റെ നെറ്റിയിൽ കൊമ്പുമുളയ്ക്കുന്നു
ഉടലാകെപ്പുരികവും കണ്ണും.
തുറുകണ്ണുപാമ്പിനെത്തുപ്പുന്നു; നീലച്ച
കയ്യിൽ മുടിക്കോലും കല്ലും.
തേരട്ടപോലേ വളഞ്ഞ പുരികങ്ങൾ
ചേരുന്നിടം ഭസ്മശൂലം

അഞ്ച്

പുത്തനിടയാവതാരത്തിനുമുന്നിൽ
മുട്ടുകുത്താൻ മടിയോടെ,
*ശീമോന്റെ പൂമേടയ്ക്കപ്പുറം ശേഖരൻ
*വാതിൽക്കൽ ശങ്കിച്ചുനിൽക്കെ,
ചെന്നായക്കുപ്പായം മാറ്റിനാണിച്ചതാ
പെണ്ണാടുകൾ മരച്ചോട്ടിൽ.
അകിടുമുഴുത്തോരജകുലത്തെ മായ-
ത്തുകിൽകൊണ്ടു മൂടുന്നൊരിടയൻ,
ഊഴമിട്ടോരോ ദിനവുമോരോന്നിനെ
ശൂലത്തിൽ കോർക്കുകയല്ലോ.

മേഘങ്ങളിൽ നോക്കിപ്പിന്നെയും ശേഖരൻ
സൂര്യമന്ത്രം ജപിക്കുമ്പോൾ,
*സീനായ്മല കടന്നെത്തുന്നു കൽപ്പന
*കാനായിൽനിന്നൊരു കാറ്റിൽ.
റേഷൻകടയുടെ തിണ്ണയിലീശ്വര-
കാമുകിയാകും നബീസ,
*ഏകചക്രയിലൊരു *ദാവീദിനെപ്പെറ്റ
വേദവാക്യത്തിലുയിർത്തു.

---

* ശീമോന്റെ മേടയിലെ വിരുന്നിൽവെച്ച് മഗ്ദലനമറിയം ക്രിസ്തുവിനെ കണ്ടു.

* മഹാകവി വള്ളത്തോളിന്റെ *'മഗ്ദലനമറിയം'* എന്ന കൃതിയിലെ വാതിൽക്കൽ ശങ്കിച്ചു നിൽക്കേണ്ട മുഗ്ധേ എന്ന ഭാഗം ഓർക്കുക.

* *ബൈബിളി*ലെ പത്തുകൽപ്പനകളുടെ സ്ഥലം സീനായ്മല

* കാനായിലെ കല്യാണത്തിന് ക്രിസ്തു വെള്ളം വീഞ്ഞാക്കി.

* വനവാസകാലത്ത് ഏകചക്രയിൽവെച്ച് ഭീമൻ ബകനെ കൊന്നു.

* ബാലനായ ദാവീദ് ഭീകരനായ രാക്ഷസൻ ഗോലിയാത്തിനെ കൊന്ന ബൈബിൾ കഥ.

21

ഭ്രാന്താലയവാസൻ

വൃത്തപാത്രത്തിൽപ്പൊരി-
ഞ്ഞക്ഷരം തിളയ്ക്കും പോൽ
ശുദ്ധകേകയിൽവെന്തു
മലർന്ന വികാരങ്ങൾ,
വാരികത്താളിൽക്കോരി-
വിളമ്പിപ്പരിഹാസ-
ചാരുവായോരംപറ്റി-
ച്ചിലച്ചൂശാസ്താവൊരാൾ.
കാടുകളരിഞ്ഞിട്ട
കള്ളരാമനുനേരെ
നാസികമുറിഞ്ഞാർക്കും
മാളികപ്പുറത്തമ്മ,
ചോരയും കണ്ണീരുമായ്
ചേരില്ലെന്നറിവാർന്നോൾ
ചീരയിൽ തവളക്കാൽ
വേവിച്ചുസൂപ്പാക്കുന്നു.
മിസ്സിസിപ്പിയിൽ നിന്നു
വന്നവൾ മിസ്സിസ് സൂപ്പി,
ഹൃദ്യമേ സൂപ്പെന്നിടം-
കണ്ണിനാൽപ്പുകഴ്ത്തുന്നു.
ശാസ്താവിൻ മുന്നിൽവെച്ച
നാളികേരത്തിൽ നിന്നു
ഗോത്രശത്രുക്കൾ രാസ-
മിശ്രിതം ചമയ്ക്കുന്നു.
കിഴവൻ സെലസ്റ്റിന്റെ
കുരിശും കൂദാശയും
പശിയാൽ ചവയ്ക്കുന്ന
കോലാട്ടിൻ പറ്റങ്ങളെ,

നല്ലതെന്നനുഗ്രഹ-
ഭാവത്തിൽ തലയാട്ടി
പള്ളിമേടയിലേക്കു
നടന്നൂ ശീമോനച്ചൻ.

2

അരഭ്രാന്തിനെ മുക്കാൽ
ഭ്രാന്തെന്നു പൂരിപ്പിക്കും
അരക്കില്ലങ്ങൾ, കള്ള-
ക്കൂടങ്ങൾ ചൂണ്ടിച്ചൂണ്ടി,
മുറിച്ചൂണ്ടയും കീറ
വലയും നെഞ്ചിൽച്ചേർത്തു
*[1]'വിശുദ്ധ ചെമ്പൻകുഞ്ഞാ'യ്
പാതിരാ പുലമ്പുന്നു.
പാതിനിദ്രയിലാണ്ടു
പള്ളിതൻ നിഴൽപ്പത്തി
പാവനാത്മാവിൻ ശീമ-
പ്പാറമേൽ ചുംബിയ്ക്കുന്നു.
വാങ്ങിയ വെള്ളിക്കാശു
ബാങ്കിലേയ്ക്കെറിഞ്ഞാർത്തു
മോങ്ങുന്നു യൂദാസിനെ-
ച്ചതിച്ച പരീശന്മാർ.
*[2]ഗോത്രയാന'ത്തിൻ ഭാഗ
പത്രങ്ങളന്വേഷിച്ചു
രാത്രിമാടന്മാർ വീണ്ടും
ശാസ്താവെക്കുഴിക്കുന്നു.
*[3] 'മൃത്യുപൂജ'കളേറ്റ
നേരിന്റെ മുഖത്തേയ്ക്കു
ശത്രുസേനാധീശനാം
പറങ്കി ചവിട്ടുമ്പോൾ
അരിയും നിൻ കാലെന്നാൾ
മഗ്ദല വളർത്തുന്ന
കൊടികൾ, പെൺതെച്ചികൾ,
തീ പൂത്തപണ്ടാരങ്ങൾ.

3

തീക്ഷ്ണഗന്ധാത്മാക്കളാം-
ചാരായ മസ്തിഷ്കങ്ങൾ
വേച്ചുവേച്ചൊടുവിൽച്ചെ-

ന്നാലയ്ക്കു തീ കത്തിക്കെ,
നരച്ച മൗനത്താടി
തടവിബുദ്ധക്കോണിൽ
കറുത്ത ചിരിയാർന്നു
നിൽപ്പിതേ മണികണ്ഠൻ.
പുസ്തകം കത്തിക്കുന്നോ-
'രസുരൻ പരീതി'ന്റെ
നെറ്റിയിൽ മണൽക്കാറ്റു
ടൈഗ്രീസെന്നെഴുതുന്നു.
ഒട്ടകരോമച്ചൂരാർ-
ന്നിടിവാളുകൾ വന്നു
പച്ചകുത്തുന്നു*[4] 'കോട്ട-
ക്കുന്നി'ന്റെ കൈത്തണ്ടയിൽ.
അപ്പോഴും ശാസ്താവിന്റെ
കറുത്തചിരി പൂത്തോ-
രഗ്നികേരളവൃത്തം
കൊത്തുന്നു മരംകൊത്തി.

*1 ചെമ്പൻകുഞ്ഞ് - തകഴിയുടെ വിശ്രുത കഥാപാത്രം
*2,3 *ഗോത്രയാനം, മൃത്യുപൂജ* - ഡോ.അയ്യപ്പപ്പണിക്കരുടെ രണ്ടുകവിത.
*4 കോട്ടക്കുന്ന് - മലബാർ കലാപത്തിലെ പ്രധാന ചരിത്രകേന്ദ്രം

22

ദേശ താലപ്പൊലി

കർപ്പൂരംകൊണ്ടുവാ കമ്മളച്ചാ
കാളിത്തിരുനടത്തീ നടട്ടെ
കച്ചോല മാലയിട്ടാടി വാ പെൺകൊടീ
കൈപ്പുണ്ണും മണ്ണനും കരവിടട്ടെ.
ആര്യവേപ്പിൻ തൂപ്പിളക്കിവീശി
അണിവയർ വേർപ്പുനീരാറ്റുവോളേ,
കരയേഴും കാട്ടാനായ് ചൂലത്തിന്മേൽ
മുല രണ്ടും മുട്ടിച്ചു നിൽക്കുവോളേ,
കുംഭമാസത്തിൽ, ഭരണിനാളിൽ,
കുന്നൂരെക്കാവിലെക്കാളിയൂട്ട്.
ഏഴുകരക്കാരണിനിരക്കും
ദേശതാലപ്പൊലിത്താളമേളം
ചാടും ചരടുമായ് തൂക്കക്കളത്തില്
ചൂരും ചുണയുമു,ള്ളാൺതരികൾ.
മാരിക്കുടം ചുമന്നെത്തുന്നതോ
നേരും നെറിയുമു,ള്ളമ്മായിമാർ.
പൂണൂൽച്ചരടു വെടിത്തിരിപോൽ, ദേവി-
യ്ക്കോണക്കണക്കെഴുത്തുണ്ണിപ്പട്ടർ.
താളിസുഗന്ധവും വെറ്റിലച്ചൂരുമായ്
കോളിയൂർച്ചിന്ന നടയൊഴിഞ്ഞ്
പൂരാടച്ചക്കരപ്പാവും കറുകയും
പൂശാരിക്കോമന്റെ പുൽത്തടുക്കിൽ.

2

തൂശനിലതൂകെത്തൃത്താവെടുത്തുവാ
കാശിന്മേലാടുന്ന ശ്രീരഞ്ജിനി.
മേലുത്തരീയമിടാക്കിടാങ്ങൾ

താലമെടുപ്പതും താളക്കേട്.
മാളികപ്പൊത്തിലൂടസുരനമ്പി
വ്യാളിക്കരിങ്കണ്ണാലളവെടുക്കും.
വെട്ടത്തെറങ്ങാത്ത കൃഷ്ണവേണീ
വിസ്തരിച്ചിന്നു മുറുക്കണം നീ.
കരനാഥൻ കാമക്കുറുപ്പച്ചൻ വാളിന്മേൽ
തിരുനെറ്റി മുട്ടിച്ചു നിവരുന്നേരം,
പാകത്തിൽ ചാഞ്ഞും ചെരിഞ്ഞും വിളക്കിന്റെ
നീലത്തിരി നീട്ടിനിൽക്കണം നീ.
ഒന്നുമുടുക്കാത്ത ഷാരടിച്ചെക്കൻപോയ്
അന്നവിളക്കത്തെപ്പഴമെടുത്തേ.
തീയും തിരയും തിരിയാക്കിടാങ്ങൾക്കു
തായമാരല്ലയോ കണ്ണും കയ്യും
ഭസ്മച്ചട്ടിയെടുത്തു നടക്കാനും
ചെട്ടിത്തെരുവിലെ ചേലുണ്ണികൾ
തുള്ളുമെടച്ചേരിക്കോമരം ശേഖരൻ
അള്ളിലൊ,രാൺനരിപോൽ മുരണ്ടാൽ.
ഒറ്റവലിക്കു കുടിക്കാൻ കിണ്ടിയിൽ
വെച്ചൂരെപ്പശുവിന്റെ പാലുവേണം.

3

തട്ടകത്തമ്മതൻ കോലം ചുമക്കുന്ന
കുട്ടന്റങ്ങേതിലെ കുഞ്ഞിരാമാ,
അരമുണ്ടുരിഞ്ഞാറേ കൈരണ്ടുംവിട്ട നിൻ
തിരുമാലിത്തരമിന്നു തീരെ വേണ്ടാ.
തീവെട്ടിക്കെണ്ണ പകരേണ്ടചട്ടിയ്ക്കു
താഴത്തു ചാക്കുമടക്കിവെക്ക്
ഇന്നത്തെച്ചെട്ടിക്കിടാത്തന്മാർക്കൊന്നിനും
പണ്ടത്തെ മട്ടു മരിങ്ങുപോരാ.
ദേശതാലപ്പൊലിയാകയാൽത്തട്ടക-
മേഴിലും നല്ലോണം കണ്ണുവേണം.
ചെണ്ടക്കാരമ്പതു പേർക്കും മരനീരു*[1]
കുണ്ടൻ കുടത്തിലൊളിച്ചുവേണം.
പൂക്കില പോരെന്നു പിന്നെപ്പറയൊലാ
നാത്തൂനെച്ചുറ്റുന്ന നമ്പൂരിച്ചാ.
ആലവാലത്തിങ്കലങ്ങോട്ടുമിങ്ങോട്ടും
ആളു കളിക്കാണ്ട് മാറ്പെണ്ണേ
ഒരുപാടു തുള്ളണ്ട കമ്മളച്ചാ,
കരുവാരക്കുണ്ടിലെച്ചിന്നമ്മു ഞാൻ.

ആഴ്ചയ്ക്കവസാനം വാഴുന്നോർക്കെട്ടിലെ-
ക്കാഴ്ചശ്ശീവേലിക്കിവളല്ലയോ.

4

എവിടുത്തെപ്പാണ്ടിവെളക്കായാലെന്തെടീ
കരിതൊടാനല്ലയോ കർമ്മയോഗം
തങ്കത്തിലായാലും തകരത്തിലായാലും
കട്ടിലാണെങ്കിലോ കാലുനാല്.
അരുമയാം നായയും മാരനും ജാരനും
തരമൊത്തുവന്നാലിതിൽശയിക്കും.
കൂടുതലെന്നോടു*[2] തൗതാരിക്കേണ്ടെടോ
താലപ്പൊലിക്കൊള്ളനേരമായി.
കാറ്റുപോലപ്പോൾക്കിതച്ചുകൊണ്ടെത്തുന്നു
പോറ്റിച്ചെറുക്കനും വാരസ്യാരും.
ഒന്നാം തിരുവടി രൈരുനമ്പ്യാർ
കുന്നൂരെക്കാവിലെ സ്ഥാനിമൂപ്പൻ
പോറ്റിച്ചെറുക്കൻ ചെവിയിൽക്കടിച്ചതു
കേട്ടപാടേ മുഖം മങ്ങുന്നു.
ഒന്നോ രണ്ടോ പ്രമാണിമാർ തങ്ങളിൽ
മണ്ടമുട്ടിച്ചു, വിരൽ മടക്കി.
“എല്ലാരുമൊന്നിങ്ങടുത്തുവരിൻ”
ചൊല്ലുന്നുറക്കനെ രൈരുനമ്പ്യാർ.
“ദീപാരാധനയ്ക്കൊട്ടു മുന്നം
കോലത്തിൽ ചെമ്പട്ടു ചാർത്തുമ്പം,
തെക്കേമൂലയ്ക്കു പല്ലിചെലയ്ക്കണ്
*[3] തൃപ്പൂത്തായെന്ന് കാളീശ്വരി.
കളഭച്ചാർത്തിന്നൊരുങ്ങുമ്പം
അകൃതം മണക്കണ് വല്ലാണ്ട്.
ചെമ്പട്ടു മാറ്റാനും മേലാത്തമട്ടല്ലോ
എല്ലാമവിടുത്തെ നിശ്ചയംപോൽ.
ഇന്നേയ്ക്കേഴാംനാൾ, ഇതിലുംകേമത്തിൽ
കുന്നൂരെക്കാവിലെ താലപ്പൊലി.
കഴകക്കാരെല്ലാരും ഊണരിയുംവാങ്ങി
പടിതൊട്ടുതൊഴുതു മടങ്ങട്ടെ.”

5

ഒറ്റനോട്ടത്തിലേപോറ്റിയൊരിത്തിരി
മുറ്റാണെന്നതറിഞ്ഞാകിലും
കവടി നിരത്തിയ കള്ളക്കണിയാരേ

കയ്യോടെ രണ്ടുപെടയ്ക്കേണം.
കുണ്ടൻകുടം നോക്കിക്കീഴ്ച്ചുണ്ടു നക്കുന്ന
ചെണ്ടക്കാരെ വകഞ്ഞുമാറ്റി,
ഉച്ചിക്കുടുമയും വള്ളിക്കടുക്കനും
വെട്ടിച്ചുവെട്ടിച്ചു രൈരുനമ്പ്യാർ
വീട്ടുപടിപ്പുര വാതിലിൽ മുട്ടുന്നു
കേട്ടമട്ടില്ലല്ലോ മൂശേട്ടകൾ.
ഇളയവൾ രാഗിണിപ്പെണ്ണെവിടെ
ഇടിവാൾ ചുഴറ്റുന്നു രൈരുനമ്പ്യാർ
അറവാതിൽപ്പടിമേൽ വെളക്കുവെച്ച്
വിറയാർന്നുചൊന്നാൾ സുചിത്രയോപ്പോൾ
"തീണ്ടാർന്നിരിക്കണ പെണ്ണാകയാലവൾ
ചാവടിത്തിണ്ണയിലാണല്ലോ
ദീപാരാധനക്കൊട്ടുമുന്നം
താലപ്പൊലിയ്ക്കായൊരുങ്ങുമ്പം
രാഗിണിപ്പെണ്ണിനെ ദേവിയിതേവിധം
ശാസിച്ചിരുത്തുമെന്നോർത്തീല."

1 മരനീര് - കള്ള്
2 തൗതാരിക്കുക -സംസാരിക്കുക (ഒരു ഗ്രാമീണപ്രയോഗം)
3 തൃപ്പൂത്താകുക - ശ്രീഭഗവതി തീണ്ടാരിയാകുന്നതിനുള്ള ഉപചാര വാക്ക്

23

ഫോർട്ടി + ബ്യൂട്ടി

നാൽപ്പതു കടന്നതി,ന്നിത്രമേലെന്തിനു
വീർപ്പിടാൻ, വേവലാതിപ്പെടാൻ,മഞ്ഞിന്റെ
നേർത്ത മുഖപടം ചാർത്തിനിൽക്കുന്നവൾ
പൂത്തുതെഴുത്തൊരു പെൺവാക, നീയെന്നു
നാട്ടുകാരൊന്നടങ്കം പറയുന്നതു
കേൾക്കാനൊരുസുഖമില്ലേ? നിലാവത്തു
ഹോസ്റ്റൽമുറ്റത്തൊരു മാനത്തുകണ്ണിയായ്
കാറ്റിനോടോരോന്നു കൊഞ്ചിക്കുറുകുന്ന
കൂട്ടിന്നിളംകിളി; കൂടെച്ചിലയ്ക്കുവാൻ
കോട്ടയംകൊമ്പത്തിടം കണ്ണിറുക്കുന്ന
കൂട്ടുകവിതകൾക്കപ്പവും വീഞ്ഞുമായ്
കീഴ്ച്ചുണ്ടിടയ്ക്കിടെ നക്കിത്തുടയ്ക്കുമെ-
ന്നാശ്രമപ്പക്ഷിയാം നിന്നോടിണങ്ങുവാ-
നീശ്വരൻപോലും കൊതിച്ചു.

മാറ്റിനി കണ്ടുമടങ്ങും കലാലയ-
ക്കൂറ്ററീ ജാലകവാതിലിലേയ്ക്കുറ്റു-
നോക്കവേയെന്തിനു ചൂളുന്നു? യൗവനം
പൂക്കളും വാൽക്കിണ്ടിയും കൊണ്ടിതാ നിന്റെ
കാൽക്കൽ; കടമിഴിക്കോണിലെക്കാർമുകിൽ
മായ്ച്ചെഴുന്നേറ്റു പഴയമട്ടാലസ്യ-
ലാസ്യയായ് വീണ്ടും ചിരിക്കൂ; വിശക്കുന്ന
മാത്രകൾക്കന്നവും തേനുമായ് സന്ധ്യയെ
ദീർഘപ്രണയിനീമന്ത്രം പഠിപ്പിച്ചു
കൂട്ടത്തിലൊന്നിച്ചിരുത്തൂ; വിതുമ്പുന്ന
വാക്കുകൾക്കുള്ളിൽ വിശുദ്ധകാമത്തിന്റെ
രാത്രിസുഗന്ധം നിറയ്ക്കൂ.

24

ജമീല നല്ലൂർ പഞ്ചായത്താപ്പീസ്

കാറ്റുലയ്ക്കുന്ന കറുത്തകൊമ്പിൽപ്പക-
വീർത്തുവിളഞ്ഞുപതിക്കുവാൻ വിങ്ങുന്നു
താഴത്തുവീണാൽ തകരുന്നതെന്നോടു
നേരിട്ടെതിർക്കുവാ,നാവാത്തപൂച്ചകൾ.
ഇങ്ങനെ ചിന്തിച്ചുശങ്കരശർമ്മയാം
മന്തൻ മനീഷി, തൻ മാർജാരജാതകം
പൊക്കണെപ്പൊത്തിലൊളിപ്പിച്ചു പിന്നെയും
മക്കളെപ്പ്രാകിത്തുലച്ചു മയക്കമായ്.

കെ പി വിലാസിനി,യെന്ന ടൈപ്പിസ്റ്റിന്റെ
നേർത്തവിരലുകൾ കമ്പ്യൂട്ടറിൻ നഗ്ന-
ഗാത്രത്തിലെങ്ങും തിരഞ്ഞൂ മുഖക്കുരു
മാറ്റാൻ, മുനിമാർ പറഞ്ഞ മരുന്നുകൾ;
സാത്താൻ വളർത്തുന്നതാം ഒറ്റമൂലികൾ.

സഞ്ചിയിൽ നിന്നുമൊരാപ്പിളെടുത്തതിൽ
ദന്തക്ഷതമുദ്ര ചാർത്തി, നിരർഥകം
ചന്തച്ചിരി, നാലുപാടുമെറിഞ്ഞു തൻ
കണ്ണാമസുരവടിയാലവളുടെ
മാറത്തിടയ്ക്കിടെ മാന്തിമണക്കുന്നു
പൂടപ്പുരുഷോത്തമനെന്ന കീചകൻ
കെട്ടുവട്ടത്തിൽ എരണ്ടം വിതാനിച്ച
വൃത്തിരഹിതയാം പെണ്ണാനമാതിരി
ചുറ്റും കസേരച്ചുവട്ടിൽക്കവിതകൾ
ഒക്കാഞ്ഞുകീറിച്ചുരുട്ടിയെറിയുന്നു
ഭഗ്നമനോരഥ, ശ്രീലത, വാരിക-
പ്പത്രാധിപർ വന്നു മാരമാലാറ്റുവാൻ;
വൃത്തരഹിതം വിതുമ്പും വിയോഗിനി.

കാറ്റത്തു സ്കൂളിലെ മൂത്രപ്പുരവീണ
വാർത്തയുമായ് വന്നലമുറകൂട്ടുന്നു
മാത്തുണ്ണിവൈദ്യർ, മലമുകൾ വാർഡിന്റെ

മേത്തൻമണി; ഭൂതകാലപ്പിശാചുപോൽ
പാർട്ടിവിട്ടങ്ങുമിങ്ങും പാഞ്ഞ ജംബുകൻ,
പാൽച്ചിരിച്ചിന്നയെ തോൽപ്പിച്ച ജാംബവാൻ.
മുറ്റമടിക്കുന്ന ഗ്രേസിയെക്കൺകളാ-
ലൊറ്റവലിക്കു കുടിച്ചും, ഇടതുകാൽ
അട്ടിയടുക്കിയ ജൈവവളച്ചാക്കി-
ലൊട്ടൂന്നിയും താൻ 'വനിത' വായിക്കുന്ന
മട്ടിൽ നിലകൊൾകയാണു വലംകാതി-
ലൊറ്റക്കടുക്കനെണിയുവോൻ, ജീപ്പിന്റെ
തൽക്കാല സാരഥി, കാമുകൻ ഫൽഗുനൻ.

2

ഇപ്രകാരം ചില ഫോട്ടുകളിൽക്കൂടി
ദൃശ്യം പ്രകോപന മോഹനമാകവേ,
മുറ്റത്തൊരു സ്ക്കൂട്ടറെത്തീ പൊടുന്നനെ,
ബട്ടണമർത്തിയ മാതിരി ശബ്ദങ്ങ-
ളൊക്കെനിലച്ചു, രവിവർമ്മ പിന്നെയും
ചിത്രമെഴുത്തിനു നിർബന്ധിതനായ
മട്ടിൽ നിറങ്ങൾ ചിരിച്ചു.
ആയതിൻ പിന്നിൽനിന്നായതനേത്രയായ്
താഴത്തുദിക്കുമുരുപ്പടിയല്ലയോ
സീസീ പരിമളംപിള്ള; കരാർപ്പണി-
ക്കാരൻ ഭവദാസനുണ്ണിക്കു പാതിമെയ്.
അശ്ലീലചാനലടിച്ചു മാറ്റും മട്ടി-
ലപ്പൊഴേ ചായയ്ക്കു ഫ്ളാസ്ക്കുമായ്പ്പായുന്നൊ-
രൽപ്പ മുടന്തൻ ശിപായി സിദ്ദിക്കിന്റെ
ബുദ്ദൂസ് മുഖത്തെപ്പരിഭ്രമകേളികൾ
വായിച്ചെടുക്കാം ജമീലനല്ലൂരിന്റെ
കാര്യപ്പിടിപ്പെഴും പെൺപ്രസിഡണ്ടിവൾ,
സൂര്യനിടംകണ്ണെറിയും സുഹാസിനി.
ഇത്തിരി സീരിയസ്സാകാം, നമുക്കിനി
വ്യത്യസ്തരാകാം വിശുദ്ധലൊക്കേഷനിൽ.

ദൂരെയനന്തപുരിവരെ നീളുമീ
ചാരുവാം നീലക്കടക്കൺമുനകളാൽ
കാര്യങ്ങളെല്ലാമൊരുവിധം മംഗളം
വ്യാഴം കുലച്ചതാനിൽപ്പൂ പരിമളം.
പ്രേമവൃക്ഷക്കൊമ്പിൽ നിന്നിനി മണ്ണിലേ-
യ്ക്കാവതും വേഗം മടങ്ങുക ഫൽഗുനാ,
തേരിതൊരുക്കൂ ജമീലനല്ലൂരിലെ
ക്കാടിളകും പള്ളിവേട്ടയ്ക്കുനേരമായ്.

25

വഴിയിൽ നീ വീണുപോകുമോ?

കടലിരമ്പവും കാറ്റിൻമുഴക്കവും
തരിശുനേരിന്നിലക്കൊതിച്ചേലുമായ്
നരകമുൾവാതിലിൽ ബലിപ്പക്ഷികൾ
ഇവനുവേണ്ടി നിരന്തരംപ്രാർഥന

മലചുരന്നു ചുരന്നുപെൺനോവുകൾ
ജലസമൃദ്ധിയായ്പ്പാഞ്ഞണഞ്ഞെന്നിലെ,
കൃഷിനിലങ്ങൾ നനച്ചു കാലത്രയ-
ച്ചുടലമക്കൾക്കു വെച്ചു വിളമ്പിയോൾ,

വനകപാലിനിയാമെൻ കറുമ്പിയെ,
ജടപകുത്ത വസന്തസുഗന്ധിയെ,
സഗരപുത്രരാം പാഷാണകിന്നരർ
മൃഗവിരുന്നിന്നെറിഞ്ഞുകൊടുത്തവർ,

അവരമാവാസിയോടിണചേരുവാൻ
സമതലങ്ങളിൽ തീ കുഴിച്ചിട്ടവർ,
ക്രമവിരുദ്ധയാം ശീമച്ചിലന്തിയെ
രതിവനങ്ങൾക്കു കാവൽ നിറുത്തിയോർ,

അവരിൽ വീണുതളിർത്തോരശുദ്ധിതൻ
പുതിയ രാസപരീക്ഷണപ്പുറ്റുകൾ,
ചപലമാകുമെൻ വൃദ്ധിക്ഷയങ്ങളെ
തിരികൊളുത്തിയൊഴുക്കുന്നു ഗംഗയിൽ.

2

അവയിലെൻ ബലിച്ചന്ദ്രതാളങ്ങൾ,
പുഴയിലോളങ്ങൾതൻ ശിവതാവളം
അവയിൽ ഞാൻ തൊട്ട കുംഭവെയിൽച്ചിരി-
ത്തരികൾ, നൊമ്പരത്തിന്റെ തന്മാത്രകൾ.

പകരമായ്ച്ചിത്രകൂടപീഠങ്ങളിൽ
കുടിയിരുത്തിനീയാഹവബ്രഹ്മനെ
അവനുമേയുവാൻ യന്ത്രസുമാലിതൻ
മകളുരിഞ്ഞിട്ട സങ്കടശാദ്വലം.

ഇവിടെനിന്നന്ത്യയാത്ര തിരിക്കവേ,
വഴിയിൽ നീ വീണുപോകുമോ പാർഷതീ?
ഇതുവരെക്കാവൽ ഭാവിച്ചൊരമ്പുകൾ
പുതിയ സർപ്പജനുസ്സുകളാകയോ?

വഴിമറന്നും വഴക്കു തുടർന്നുമുൾ-
ക്കലികളാം തുടൽപ്പുണ്ണുകൾ തുപ്പിയും
എവിടെപ്പോകുന്നിതഞ്ചുഭ്രാന്തന്മാർ
ഇടവപ്പച്ച മുടിച്ച പാന്ഥന്മാർ?

ഇനിയില്ലൊന്നിനും നേരമെന്നെന്നിലെ
നിലവിളക്കും ചവിട്ടിക്കെടുത്തിയോർ.
സകലതും പൂർത്തിയായെന്നുയാദവൻ
ഒരുപതിന്നാലുവൽസരം പിന്നെയും

3

അരിയ ചെമ്പുനിറം വീണുപൊക്കിളി-
ന്നിരുപുറങ്ങളിൽ പൊള്ളിയപാടുകൾ,
കാകോളപ്പുള്ളു തീണ്ടിയ കൃഷ്ണതൻ
കാർകുഴൽക്കെട്ടഴിയുന്നു പിന്നെയും.
കദനചാമുണ്ഡികൾ സിന്ധുഗംഗകൾ
മലയിലേയ്ക്കു മടക്കം കുറിക്കയോ?

26

ചന്ദ്രികാ മാഡത്തോട് എന്നും കടപ്പാട്

ശീതകാലം പിഴപ്പിച്ചൊരു
പൂവിതാ കരിമൊട്ടുകാട്ടി-
പ്പാതവക്കിലൊരിളം വള്ളിയി-
ലിതൾ നീട്ടുന്നു.
"വല്ലതും തരണേ," കാറ്റിൽ
പിഞ്ചുദലമർമ്മരം കേൾക്കെ,
വഞ്ചകൻ, ഒരു വിഷത്തുമ്പി
വളഞ്ഞു മുത്തുന്നു.
ചന്തയിൽപ്പോകും തിരക്കിൽ
ചന്ദ്രികാ മാഡം കണ്ടാൾ
മഞ്ഞയും തൂവെള്ളയും നിറ-
മാർന്ന സുന്ദരിയെ.
നഗരസഭയുടെ ശുചീകരണ
വിലാസറാണികളണഞ്ഞപ്പോൾ
വഴിയൊഴിഞ്ഞു പതുങ്ങിനിന്നാൾ
വാസനിക്കാതെ
തിടുക്കത്തിൽ വണ്ടികയറാൻ
പാഞ്ഞുപോകും പങ്കജൻസാർ
മുഖത്തേയ്ക്കും മാറിലേയ്ക്കും
മുറുക്കിത്തുപ്പി.
കണക്കിൻ സാറാകയാലിതു
പ്രതീക്ഷിച്ചതുതന്നെയെന്നവൾ
വഴിയിറമ്പിൽ മഴകൊതിച്ചാൾ
സങ്കടത്തോടെ
ഓടിയെത്തിയ ചാറ്റൽമഴയുടെ
നീലനൂൽക്കല്യാണശീലുകൾ
ചാരുലതയെക്കുളിപ്പിച്ചു
പെങ്ങളെപ്പോലെ.

വെയിൽ ചാഞ്ഞു ത്രിസന്ധ്യക്കിനി-
യില്ലനേരം റോട്ടിലൂടെ-
പ്പലേമാതിരി വർണമട്ടുക-
ളൊഴുകി മറയുന്നു.
കൂട്ടുകാരികളൊത്തു വീണ്ടും
ചന്ദ്രികാ മാഡം, ലതയെ
നേർത്തചിരിയാൽ ദൂരെ നിന്നേ
വിരൽ ചൂണ്ടുന്നു.
പ്രാർഥനാപൂർവം മിഴികൾ
പൂട്ടിനിന്നാൾ; വിരൽസ്പർശം
കാറ്റുലയ്ക്കും വളകിലുക്കം
സുഗന്ധസ്മേരം.
വേരുകൾ പൊട്ടാതെ ലതയെ
പിഴുതെടുത്താൾ, പിന്നെയോരോ
ചാടുവാക്കുകൾ; ഒക്കെയിവളുടെ
ചന്തമേ വിഷയം.
ആണ്ടുകൾ പിന്നിട്ടു; ലതയിൽ
പുതിയ മൊട്ടുകൾ, പുതിയ നാമ്പുകൾ
നീണ്ടമിഴിയിൽ വസന്തത്തിൻ
തിരയിളക്കങ്ങൾ
മക്കളും മക്കൾക്കുമക്കളു-
മായിതാ സ്വീകരണമുറിത-
ന്നൊത്തനടുവിൽ ചെടിച്ചട്ടിയി-
ലൊരു സുഹാസിനിയായ്.
മുടിനരച്ചു തുടങ്ങിയെങ്കിലു-
മിപ്പൊഴും ചന്ദ്രികാ മാഡം
അരികിൽ വന്നീ ലതയെ മുത്തുമൊ-
രാളുമറിയാതെ.

27

വാഹിനീതടസന്ധ്യയിൽ

നമുക്കീസർഗസന്ത്രാസ-
ച്ചെമ്പകപ്പൂവിരിപ്പിന്മേൽ
വികാരവതിയാം നീല-
ക്കാറ്റിനൊത്തുശയിച്ചിടാം.

പതുക്കെയാത്രചോദിച്ചു
ക്ഷീണഹേമന്തസന്ധ്യയാൾ
മടങ്ങിവരുവേൻ നാളെ-
യെന്നുകാൽത്തളനാദവും.

മോഹിക്കാനൊന്നുമില്ലാത്തോർ-
ക്കാശ്രമത്തെച്ചിപോലെന്നും
പൂവിടാം വെറുതേദുർഗാ-
പൂജയിൽ ബലിയായിടാം.

ശീലഭദ്രവിതാനങ്ങൾ-
ക്കപ്പുറത്തെന്റെ മാതാക്കൾ
രുദ്രാക്ഷപരുഷസ്മേര-
മാർന്നു നാമം ജപിക്കയോ!

കൽപ്പാന്തശിവമന്ദാര-
ച്ചില്ലയിൽ സ്വരകാമുകർ,
ആലിലക്കണ്ണനെന്നാർത്തു
കാംബോജിച്ചിന്തുകേൾക്കയാൽ.

ഒന്നൊന്നായ്ച്ചിത്രലാവണ്യ
കാമിയാൾ പരമേശ്വരി
കണ്ടുതീർന്നുതിരിച്ചിങ്ങോ-
ട്ടേൽപ്പിച്ച ഋതുപുസ്തകം

അമ്മട്ടിൽ കാത്തുസൂക്ഷിപ്പാ-
നാവില്ലെന്നു വസുന്ധര,

എന്നെച്ചൂണ്ടിക്കാവൽക്കാര-
നാകുവാനരുളുന്നുവോ?

പറഞ്ഞാൽ പറ്റുകില്ലെന്നു
കൈതട്ടിപ്പോകുവാനാകാ
വിരിഞ്ഞപുഞ്ചിരിപ്പൂവിൽ
വീണുപോകുന്നു വണ്ടുകൾ.

28

പരീശൻ സതീശൻ

ചിതലരിച്ച വിശുദ്ധഗ്രന്ഥത്തിലെ
കനലുടുത്ത കറുത്ത വാക്യങ്ങളിൽ
മിഴിയുടക്കിപ്പരീശൻ സതീശൻ
കടയടച്ചു തിരിച്ചു പതിവുപോൽ.

അരിയിൽ, ജീരകത്തിൽ, വെളിച്ചെണ്ണയിൽ
ചിരിയിലും ചിന്നവീട്ടിലും വാക്കിലും
ചെറിയ മായങ്ങൾ ചേർക്കുവതീശ്വരൻ
ഡയറിയിൽ കുറിക്കാതിരിക്കേണമേ!

ഹിന്ദുദൈവങ്ങളൊക്കെയും കൈകളിൽ
കുന്തവും വാളുമേന്തിയശാന്തരായ്
ചോരചോദിച്ചു നിൽക്കുവോരാകയാൽ
നേർവഴിക്കില്ലുറക്കമൊരിക്കലും.

ആകയാൽ മതംമാറിയതിൽപ്പിന്നീ-
ട്ടാധികൾക്കൊരറുതിയിതേവരെ
കുഷ്ഠരോഗിയും വീഞ്ഞും കുരുടനും
കെട്ടപെണ്ണും ശമരിയാക്കാരനും-
സ്വസ്ഥമായുറങ്ങാം പുലിപ്പാലുമാ-
യെത്തി വാതിലിൽ മുട്ടുകയില്ലിവർ

പറ്റുബുക്കിലെ കള്ളക്കണക്കുകൾ
കൃത്യമായ് മലയാളത്തിലാകയാൽ
കടലിനപ്പുറത്തുള്ള കർത്താവിനു
തിരിയുകില്ലല്ലോ വള്ളിയും പുള്ളിയും.

ഈവിധം സമാധാനമാം സാന്ത്വനം
ജീവിതം ട്രാക്കിൽ വീണുകുതിക്കവേ,

ദുഷ്ടക്കൂട്ടം 'മതമൈത്രി'യെന്നിദം
മുദ്രാവാക്യം മുഴക്കുന്നു ചന്തയിൽ.

കുരിശുപള്ളിയിൽ നിലവിളക്കിൻചിരി
മെഴുകുതിരികളോ ശ്രീകോവിലിന്നകം
എങ്കിലെല്ലാരഹസ്യവും ദൈവങ്ങൾ
പങ്കുവെക്കാതിരിക്കുമോ, തങ്ങളിൽ.
മർമ്മഭാഗത്തു ചുണ്ണാമ്പുതൊട്ടപോൽ.
കർമ്മദോഷം മതപരിവർത്തനം.

29

ആർദ്രസമുദ്രം

ഇവൾക്കെന്നോടിഷ്ടമാണെ-
ന്നറിഞ്ഞിട്ടും കാട്ടുമുളയുടെ
കവിൾക്കൂമ്പിൽത്തൊട്ടുഴിഞ്ഞതു
'ശങ്കരാഭരണം.'

'മോഹനം'വ,ന്നകംപൂവിൽ
സാധകം ചേയ്തേക്കുമെന്നു-
ള്ളാശവേറിട്ടുണ്ണുനീലികൾ
വന്നവഴിയേപോയ്.

ചീനവലയിൽ പെട്ടുപോയാൽ
സ്വർണമീനും ചാളയും ഒരു
പോലെയാണെന്നറിഞ്ഞുള്ളിൽ
വാവു കായ്ക്കുമ്പോൾ,

നേർച്ചനേർന്നുലഭിച്ച കണ്ണനു
നൂലുകെട്ടാൻ പുലർച്ചയ്ക്കിവൾ
യാത്രയാകുന്നതും നോക്കി-
ക്കയ്പുനീരോടെ,

മറക്കുടകൾ മറന്നുവെച്ച-
തെടുക്കുവാനായ് പടിഞ്ഞാറെ-
ക്കുളക്കടവിൽപോയ്മടങ്ങീ-
മഴക്കർക്കിടകം.

ദയാസരസിജമായ് വിരിഞ്ഞോ-
രപ്രമേയത കടൽപ്പാത്രം
പ്രഭാതത്തിനു മുഖംകഴുകാൻ
വെച്ചുനീട്ടുമ്പോൾ,

പുറംതടവി മനംപുരട്ടൽ
മാറ്റിടും നിൻ കപടനാട്യം

അകംതഴുകാനുള്ള വിരലിൽ
ലോഹകവചങ്ങൾ.

2

ബലിപ്പാലച്ചോട്ടിൽ വിളറും
പകലിനിവനേക്കാളുമേറും
മനുഷ്യത്വം; തുമ്പികൾക്കതു
ബോധ്യമാണല്ലോ.

ഇതെല്ലാം നീ കണ്ടുവെങ്കിലു-
മെന്തിനിത്രചൊടിക്കുവാൻ നിൻ
ഇടംകണ്ണിൽ വീണ്ടുമരുതേ
കടന്നൽക്കൂട്.

"ഒരേകാട്ടിൽ, ഒരേ ഗുഹയിൽ
രണ്ടുസിംഹം പാർത്തിരുന്നു"
പഴയമട്ടിൽ പഞ്ചതന്ത്ര-
ക്കെട്ടഴിച്ചാലോ?

തിളച്ചുരുകും സൂര്യസത്ര-
ത്തിണ്ണയിൽ കാപ്പിരിക്കാലം
വിയർത്തൊഴുകിക്കാറ്റുസഞ്ചികൾ
കടംവാങ്ങുമ്പോൾ,

കാടുവേണം കളംവേണം
കൂടുവേണം കുളംവേണം
ജീവകാമനപെറ്റുപെരുകിയൊ-
രീണവും വേണം.

എങ്കിലേ ഞാൻ കിളിമരത്തിൽ
പടർന്നേറും കുന്ദലതയായ്
ചന്ദ്രകാമങ്ങളിൽപ്പൂക്കും
പൂനിലാവാകൂ.

ഇളംചൂടി,ലിളംതണുപ്പിൽ
നേർത്തനെടുവീർപ്പിണക്കത്തിൽ
ചുരം കയറും മഞ്ഞുകരടികൾ
തേൻ കുടിക്കില്ല.

3

അമാവാസി കടിച്ചെറിഞ്ഞൊരു
മാതളപ്പഴമുണ്ണുവാനും
അഗാധതയിൽ നിന്നൊരമ്പിളി
കോരിമുത്താനും

കൊതിക്കാഞ്ഞിട്ടല്ല; മാനം
താഴെവന്നു കുനിഞ്ഞുനിന്നാൽ
ചെവിത്തുമ്പിൽ കടിച്ചാലും
ചോദ്യമുണ്ടാകും.

ഇപ്രകാരം നമ്മെ നമ്മൾ
സ്വയം തഴുതിട്ടറയ്ക്കുള്ളിൽ
പുഷ്പകാലം പൂട്ടിവെക്കും
തിരിതെറുക്കാതെ.

തങ്ങളിൽ വാക്കെരിഞ്ഞെന്നാ-
ലക്ഷരത്തിൻ വക്കുടഞ്ഞാൽ,
വികാരത്തിൻ വിരൽത്തുമ്പിൽ
വിഷാദം വിരിയും

വികാരത്തിനു മിഴിനിറഞ്ഞാൽ
നിഷാദോഷ്മള, മഗ്നിതാളം
മകംതൊഴുതു മടങ്ങിവരുവാൻ
മറന്നേപോകാം.

എന്തിനാണതു, വേണ്ട പൊന്നേ
സമാസോക്തിക്കാവുതീണ്ടിയ
ഗന്ധകാമുകി നമ്മിലേയ്ക്കൊരു
പാലമാകട്ടെ.

വേറിടാനും പങ്കിടാനും
വെറും മാത്രകൾ; പ്രണയധമനികൾ
പൂവിടാനോ നൂറുജന്മം
കിളികളാകേണം.

4

തിരിതെറുത്തിതൾനീട്ടി മെല്ലെ-
ക്കൊമ്പുചാഞ്ഞെരിവേനൽതഴുകി-
ക്കനികളിൽത്തേൻതുള്ളിപാകിയൊ-
രല്ലിവിങ്ങുമ്പോൾ,

തിരിച്ചറിയും കിളികളോടി-
ല്ലപ്രിയം, ജനലരികിൽ നട്ടാൽ
പുലർച്ചയ്ക്കിവൾ പുഞ്ചിരിക്കും
പ്രണയ ഭൂപാളം.

പ്രകാശത്തിനുനേർക്കുനീട്ടിയ
തരിവളക്കൈ സത്യമെങ്കിൽ
വികാരങ്ങൾ വിരുന്നുകാരാ-

ണൊരേ സത്രത്തിൽ.

കപാലിക്കും ശിവാനിക്കും
ഒരേ കൂവളമാലപോരും
സദാചാരക്കരിങ്കണ്ണനു
നേർച്ചയും വേണ്ട.

വിശന്നാലും വിയർത്താലും
കരഞ്ഞാലും കയർത്താലും
അപാരതകൾ നിന്റെ ചിരിയുടെ
സത്യവാങ്മൂലം

അതാണെന്നെത്തളിർപ്പിക്കും
ശതാവരിയുടെ പുരികതാളം
അതാണേഴാമിന്ദ്രിയത്തിൻ
പ്രണയ ഹിന്ദോളം.

30

ചേറ്റുവാ സിദ്ധനും ചാനൽ മോഹിനിയും

എന്തിനായോ ചില കുട്ടികൾക്കെപ്പൊഴു-
മെന്തുശാഠ്യം, ചില നല്ല കാര്യങ്ങളിൽ.
എങ്കിലെന്തേ നിന,ക്കാഭിചാരങ്ങളി-
ലെന്തൊരാവേശമി,തെന്നറിവേൻ.

ക്ഷുദ്രങ്ങൾകൊണ്ടു തമ്പാന്റെ പെൺമക്കളെ
വർക്കത്തുകെട്ടവരാക്കിയ കേമി നീ.
എന്നും കലോത്സവമത്സരവേദിയിൽ
തമ്പാന്റെ മക്കൾ തിലകങ്ങളെപ്പൊഴും.

മുന്തിയ കോളയിൽ ചേറ്റുവാസിദ്ധന്റെ
മന്ത്രചൂർണം നീ കലർത്തിക്കൊടുക്കയാൽ,
ഇന്ദിരാകേശവനെന്ന വെളുമ്പിയെ
രണ്ടുനാൾകൊണ്ടു കരിമന്തിയാക്കി നീ.

2

ഇന്നു നീ സ്വർണപ്പണയവുമായെന്റെ
മുന്നിൽവന്നെന്തേ, ചിരിച്ചു കുഴയുവാൻ?
മുക്കുപണ്ടം വെച്ചു കാശെടുക്കാനെന്റെ
മക്കളേ, വേലനടക്കില്ലൊരൽപ്പവും.

എട്ടുപത്താണ്ടുകളക്കരെ വേനലിൽ
നെറ്റിവിയർത്തതീ,കാണുന്നതൊക്കെയും
ഷേയ്ക്കിന്റെ ഭാര്യമാരാഞ്ഞുപിടിച്ചിട്ടും
ഷോക്കടിക്കാതെ കടന്നവനാണിവൻ.

തെല്ലൊരിടം വലിവുണ്ടായിരുന്നെങ്കി-
ലിന്നുതല കാണുകില്ലായിരുന്നെടോ.
വക്ഷോജസമ്പന്നയാം നിന്റെകക്ഷത്തി-
നിത്തല പാകമാകില്ലൊരുകാലവും.

ഇല്ലെനിക്കൊട്ടും ഞരമ്പുരോഗം, നിന്റെ
കല്ലുവഴിച്ചിട്ട കയ്യിലിരിക്കട്ടെ.

3

അക്കാദമിയിലെ പുല്ലുകാടൻവന്നു
ഞെക്കിപ്പഴുപ്പിച്ച ചൈനൂസ്കഥകളെ
പുസ്തകരൂപത്തിലാക്കി,ത്തനതാക്കി
വിറ്റുവിലസുന്ന ചാനൽ മനോഹരീ,

നാലാംകിട നോവൽ സീരിയലാക്കുവാൻ
വാലുപൊക്കുന്ന നിന്നന്തർഗ്ഗതങ്ങളെ.
കൂട്ടിവായിക്കാനെനിക്കറിയാം, നിന്റെ
കോട്ടയം കൊച്ചേട്ടനല്ല ഞാൻ പെങ്ങളേ.

സി പി കമലനെക്കൊണ്ടവതാരിക
രായ്ക്കുരാമാനമെഴുതിവാങ്ങിക്കുവാൻ,
ചമ്പക്കുളം ലോഡ്ജി,ലുച്ചയൂണുംകഴി-
ഞ്ഞെന്തായിരുന്നു നിൻ ധേനുക[*1]പഞ്ചകം.

4

തെല്ലുക്ഷയക്കൂറെഴും മൂത്തഷാരടി
വല്ലാതെ നിന്നിൽ ഭ്രമിച്ചതുകാരണം
ഷാരടിമാരെക്കമഴ്ത്തിപ്പുരസ്കാര-
മീവെറും പീറക്കൃതിക്കു വാങ്ങിച്ചുനീ.

കൊല്ലത്തുകാരൻ പരമേശ്വരനങ്കി-
ളണ്ടിക്കടവിറ്റു തെണ്ടിയായ്ത്തീർന്നതിൻ
പിന്നിലും ചേറ്റുവാസിദ്ധനും നീയുമാ-
ണെന്നറിയുന്ന ഞാ,നെങ്ങനെ വീഴുവാൻ?

ഷാരടിയല്ലഞാ,നെൻ പണയക്കട
തീറെഴുതിക്കുവാനാവില്ല പൈങ്കിളീ.
ഒക്കെ ഞാൻ വിസ്തരിച്ചാൽ മുഖം മങ്ങരു-
തക്ഷരച്ചെട്ടി മിടുക്കൽപ്പമാകിലും..

5

നാളെയരുന്ധതി[*2]യായ് നീ ചുരംകട-
ന്നാലവാലങ്ങളാ,യെത്തിയെന്നുംവരാം.
എങ്കിലും മോഷണബന്ധുരയാം നിന-
ക്കിന്നനുകൂലം സമസ്തഗ്രഹങ്ങളും.

പച്ചത്തെറിയും ബൊളീവിയൻ കാടുമൊ-
രിത്തിരി പ്രേമവും നൊസ്റ്റാൾജിയകളും
ഇംഗ്ലീഷ് ചലച്ചിത്രസിഡികളിൽനിന്നു
കണ്ടിച്ചെടുത്ത കറുത്ത കാമങ്ങളും

ചേരുംപടി ചേർത്തൊരുക്കുന്ന നിൻകഥാ
സാഗരം ജീപീക്കതിപ്രിയമെങ്കിലും
ഒട്ടുമിവിടേയ്ക്കെടുക്കേണ്ട, ഞാൻ വെറും
മുട്ടത്തുവർക്കിയിൽ മുട്ടുകുത്തുന്നവൻ.

*1 വാൽസ്യായനത്തിലെ ഒരിനം
*2 അരുന്ധതീ റോയ്

31

അന്തി മയങ്ങുമ്പോൾ

വേനൽ, കദനവിതാനങ്ങളാർന്നേറെ
വേഗം വരുന്നതറിഞ്ഞവാറേ,
വേരുകളാഴങ്ങളിൽച്ചെന്നലിവിന്റെ
വേദാന്തതീർഥം തിരഞ്ഞു.

പൂക്കൾ പുതിയ നിറങ്ങളില്ലായ്കയാൽ
രാത്രിച്ചമയങ്ങളേറ്റുവാങ്ങി,
ഏറെലുബ്ധിച്ചുചിരിച്ചൂമരങ്ങൾതൻ
ഭാവപ്പകർച്ചകൾക്കൊപ്പം

എന്നാലുമേകാന്തശാഖകൾതോറുമേ
സങ്കീർത്തനങ്ങൾ ചിലയ്ക്കുംകിളി,
പച്ചതഴയ്ക്കുമൊരീറൻ പകലിന്റെ
കൊച്ചുമക്കൾക്കായ് ജപിച്ചു.

മക്കൾ പണിയുന്ന വൃദ്ധസദനത്തിന്റെ
മച്ചകംതോറും നരിച്ചീറുകൾ
വക്കീൽപ്പിശാചുകണക്കുകള്ളങ്ങളെ
പെറ്റുകൂട്ടും തള്ളമാരായ്.

വൃദ്ധസദനത്തിൻ നടത്തിപ്പുകാരന്റെ
ദുഷ്ടഗൃഹങ്ങളിൽ ദൈവകോപം
അഗ്നിസർപ്പങ്ങളായ് പുത്രവധുക്കൾതൻ
ഗർഭപാത്രങ്ങളിൽക്കൊത്തി.

ഒക്കെവിചിത്രമാം കൽപ്പനകൾ, തല
ചുറ്റുന്നുവെന്നോ സുഹൃത്തേ?
രക്തസമ്മർദത്തമാശകൾ, മിത്രങ്ങൾ
ശക്തിപരീക്ഷിക്കയാവാം.

32

കഞ്ഞി പിന്നെയും കാഞ്ഞിരച്ചോട്ടിൽ

ചേര തിന്നുന്ന നാട്ടിൽ നിരന്തരം
നേരുതിന്നു വിശന്നുവിളിക്കയാൽ
ചേരുകില്ലിവനെങ്ങുമെ,ന്നീശ്വരൻ
പാരയാലേ ശിരസ്സിൽ വരച്ചു.

കുഞ്ഞുകുട്ടി പരാധീനമൊന്നായ്
കുന്നുകേറാൻ കുതിക്കും കിതപ്പിൽ
കുണ്ടിലേയ്ക്കു കുനിഞ്ഞു പുതപ്പിൽ
പണ്ടുതൊട്ടേ ചുരുണ്ടതീ മണ്ടൻ.

ചെങ്കരിക്കു കുടിക്കാൻ കൊടുത്തു
ചേമ്പുവേവിച്ച വെള്ളം കൊതിച്ചു.
പട്ടുമെത്ത കിടക്കാൻ കൊടുത്തു
ഒട്ടകത്തോൽ വിരിച്ചു ശയിച്ചു.

സാർഥവാഹകപ്പെണ്ണുങ്ങൾ മുന്നിൽ
കാറ്റമറും മരുഭൂവിലൊന്നിൽ
തോർത്തുമാത്രമുടുത്തു നടക്കയാൽ
വാർത്ത വന്നാൻ വഷളനെന്നിങ്ങനെ.

ശീമ മദ്യക്കടയിൽ വിതരണ-
ക്കാരനായ്ച്ചെന്നി,തോണത്തിരക്കിൽ
'സ്വാമിയേശരണം' വിളിമൂലം
മൂലം തെല്ലുമുറച്ചില്ലവിടെയും.

രണ്ട്

ചേരതിന്നുന്ന നാട്ടിൽ നിരന്തരം
നേരുതിന്നു വിശന്നു വിളിക്കയാൽ,
ചേരുകില്ലിവനെങ്ങുമെന്നീശ്വരൻ
ജാതകത്തിൽ കറുത്തകുത്തിട്ടു.

മേരിമഗ്ദല, ഗർഭിണി, കർത്താവിൻ
കാമുകിയാം വിശുദ്ധയെന്നിങ്ങനെ,
പള്ളിയിൽപ്പോയ് പ്രസംഗിക്കകാരണം
ഉള്ള കഞ്ഞിയിൽ ഗൗളിയും പാറ്റയും.

കാബറേ നർത്തകിമാർക്കുടുക്കുവാൻ
കാവിളോഹകൾ തയ്ച്ചുകൊടുക്കയാൽ
കാലുവെന്തൊരീനായയെ,ത്തയ്യൽ-
വേലയിൽനിന്നുവേഗം തുരത്തി.

ശൂലവും തലയോടും കൃപാണവും
ലേലംചെയ്യും കൊലയറച്ചന്തയിൽ
പൂവു,പുസ്തകം തേനിവവിൽക്കയാൽ
പൂരപ്പാട്ടതിവേഗം പഠിച്ചു.

ആനക്കോട്ട ഭരിക്കുവാനാക്കി,
കാരത്തോട്ടി കരിമ്പിനാൽത്തീർത്തു.
തോട്ടിതിന്നു കൊഴുത്തപെണ്ണാനകൾ
കാട്ടുകള്ളനെന്നാർത്തു ചിരിച്ചു.

മൂന്ന്

ഇപ്രകാരമൊരേടവും ചേരാ-
തപ്രിയ പ്രിയനായവേതാളത്തെ
നിത്യപാതാളമാളത്തിലാക്കാൻ
പുസ്തകത്താളിലീശൻ കുറിച്ചു.

കഷ്ടകാലത്തിനാവഴിക്കപ്പോൾ
പുസ്തകം ചുടും നത്തുകളെത്തി,
ദൈവത്തിന്റെ കിത്താബു കത്തിക്കയാൽ
കഞ്ഞി പിന്നെയും കാഞ്ഞിരച്ചോട്ടിൽ.

33

മഗ്ദലയുടെ രണ്ടാം വരവ്

ഒന്ന്

ദാവിഞ്ചിക്കോഡിനെപ്പറ്റി
വർത്തമാനം മുഴുക്കവേ,
കുടത്തിൽ വെള്ളവും കോരി
കുന്നുകേറുന്നു മഗ്ദല.

എറിയാൻ കല്ലെടുത്തോരും
കല്ലേറാൽ വീണുപോയോരും
കല്ലുവെക്കാത്ത നേരിന്മേൽ
തമ്മിൽതമ്മിലിണങ്ങവെ,

തിരിഞ്ഞു വെറുതെ നോക്കീ
പാവം മഗ്ദല, മംഗല,
നിവർന്നു വേർപ്പുനീരൊപ്പി-
ക്കല്ലുചെത്തുന്നു കാമുകൻ.

എന്തെല്ലാമിവനേച്ചൊല്ലി-
ക്കിംവദന്തികൾ കേട്ടിതേ,
ഒക്കെയും കർദ്ദിനാളന്മാർ
ഛർദ്ദിക്കും നുണവാളുകൾ.

കടലോരങ്ങളിൽ ച്ചെന്നാൽ
താലിയറ്റ വെളുമ്പികൾ*[2]
ഓട്ടമുക്കാലുമായെന്റെ
കൂട്ടുകാരനു ചുറ്റിലും.

ഒട്ടകപ്പുറമേറാനും
വലക്കണ്ണികൾ കൂട്ടാനും
ജൂണിലെ സന്ധ്യയോടൊപ്പം
പോയതാണവനിന്നലെ.

ദൂരെക്കുന്നിലകിൽക്കാടു

വാസനിക്കുന്നൊരന്തിയിൽ
ശാരോണിൽവെച്ചു ഞാൻകേട്ടോ-
രീണം മൂളി മറഞ്ഞവൻ.

രണ്ട്

പിഴച്ച പെണ്ണിനെ നിർത്തി-
ത്തർക്കം തീർക്കുന്ന പള്ളിയിൽ
അവൾ തൻ നാഭിപൊള്ളിക്കും
മുടിക്കോൽ സർപ്പമാകവേ,

പാറപൊട്ടിപ്പിളർക്കുംപോൽ
പാഞ്ഞണഞ്ഞവനെൻ പ്രിയൻ,
നാവില്ലാസങ്കടപ്പൂവിൻ
നാഥനാം വചനക്കനൽ.

അവനേക്കാത്തുനിൽപ്പല്ലോ
കോലാട്ടിൻപട ചുറ്റിലും
വചനം മാംസമായ് വിങ്ങി-
ക്കാറ്റുപൂത്ത കടൽപ്പുറം.
ഗർഭഭാരമിയന്നോരെ-
ന്നാധിയും നൊമ്പരച്ചൂരും
അവന്റെ മൊഴിയാലാറും
ഞായറാൽ ഹിമമെന്ന പോൽ.

ഞങ്ങളീക്കുന്നു വെട്ടാനും
പാറമേൽ പള്ളികെട്ടാനും
ആലയ്ക്കു പുറമേ പന്തം
കത്തിച്ചു കാവലാളാനും,

എത്രമേൽ പാടുപെട്ടെന്നീ
അത്തിയും കിളിയും സാക്ഷി.
അക്കരെക്കാടെരിക്കുന്നോ-
രഗ്നിയും വയലും സാക്ഷി.

പരീശന്മാർക്കിഷ്ടമില്ലാത്തോ-
രിപ്പോൾ നസ്രായരാമിവർ,
നാഥനുള്ളപ്പവും വീഞ്ഞും
നല്ലോണം പുളിയേറ്റുവോർ.

മൂന്ന്

ശിശിരം ശീതഹസ്തത്താൽ
കാറ്റിൻ കവിൾ തലോടവേ,

അവന്റെ രോമമേലങ്കി
ചുങ്കക്കാർ കട്ടെടുത്തിതേ.

മഞ്ഞുകാല സൃഗാലന്മാർ
മുന്തിരിത്തോപ്പിളക്കവേ,
ദൂരെദൂരെ തിബര്യാസിൽ*3
തങ്ങുന്നൂ ജലനൗകകൾ.

പുണ്യവാൻ ലാസറെച്ചൊല്ലി-
പ്പുണ്ണിളക്കുന്നു ശാസ്ത്രിമാർ;
ബഥനിക്കപ്പുറം പണ്ടു
യോഹന്നാനെയെതിർത്തവർ.

ഞങ്ങളീക്കുടിയേറ്റക്കാ-
രങ്ങോട്ടു ചെവിനൽകാത്തോർ,
മൂന്നുവട്ടം കോഴികൂവാൻ
കാത്തിരിക്കുമശാന്തത.

ചാരക്കണ്ണനൊരാൾ ദൂരെ-
ത്തീകായുന്നതിബുദ്ധിമാൻ.
അവന്റെ ചങ്കിലോ വെള്ളി-
ക്കാശു വീണു ചിലയ്ക്കയായ്.

ഉയിർത്താലാദ്യമായെന്നെ-
ക്കാണാനെത്തിടുമെൻ പ്രിയൻ;*4
ഉദിച്ചാലാദ്യമായ് പൂവി-
ലല്ലയോ സൂര്യചുംബനം.

മറിയം കുന്നിൽ മാഞ്ഞാറേ,
പുസ്തകം ഞാൻ മടക്കവേ,
ദാവിഞ്ചിക്കു ജടാമാഞ്ചി-
പൂവിൻ പുഞ്ചിരി നന്ദിയായ്.

---

*1 ഡാൻ ബ്രൗണിന്റെ പ്രസിദ്ധ നോവൽ

*2 വിധവയുടെ ചെമ്പുകാശിനെപ്പറ്റിയുള്ള ബൈബിൾക്കഥ

*3 മഗ്ദലയ്ക്കടുത്ത ഒരു തുറമുഖം.

*4 ഉയിർത്തെഴുന്നേറ്റ ക്രിസ്തു ആദ്യമായി ദർശനം നൽകിയത് മഗ്ദല മറിയത്തിനാണ്.

34

കറുത്തേടത്തംബുജാക്ഷൻ

ഗുരുത്വാകർഷണം തീരെ-
ത്തീർന്നുപോയൊരുപഗ്രഹത്തിൽ
കരുത്തില്ലാ വന്ധ്യകാല-
കുലത്തിലന്നൊരു നാൾ,
    ഏവരാലും വെറുക്കപ്പെ-
    ട്ടേറുമാടം ചുട്ടെരിച്ചി-
    ട്ടാവലാതിച്ചുടലയിൽ ഞാ-
    നസുരനേരായി.
കടവരാൽക്കറിവെച്ചുതന്നും
കനലിറമ്പിൽക്കാവൽ നിന്നും
ഇടവനേരിന്നിരുൾപ്പുരയിൽ
ദുരിതമാതാക്കൾ.
    അവർക്കന്നക്രിയകൾ പോക്കാൻ,
    ബലിക്കറുകവിരിപ്പൊരുക്കാൻ,
    നിലാച്ചോറും തിലോദകവും
    നീരുമെത്തിക്കാൻ
തിടുക്കങ്ങൾ വിലക്കുമായെ-
ന്നിടത്തേപ്പാദത്തിൽ സർവം
മുടക്കാനായ് മുടന്തൻ ശനി
മുയൽച്ചെവിയോടെ.

2

കുണ്ഡലങ്ങളറുത്തു വിറ്റു
കവചവും കവിതയും വിറ്റു
പെൺപുലങ്ങൾ കുലച്ചുനീട്ടിയ
പ്രേമവും വിറ്റു.

സങ്കടപ്പാത്രങ്ങൾ നിറയെ
സന്ധ്യവന്നു കറന്നുനീട്ടിയ
ശങ്കരാഭരണസ്മിതങ്ങൾ
സകലതും വിറ്റു.
ഗോപുരദ്വാരത്തിലെന്നെ
കാത്തുകാത്തു കഴൽ കുഴഞ്ഞോ-
രാകുലാതിരയാ, ളപാരത-
യിൽ നിലാച്ചിരിയായ്.
അകത്തേക്കു തൊഴാൻ കടന്നവ-
നെത്തുമെന്നു കൊതിച്ചു കാത്തവ-
ളിലച്ചാന്തും രമണപടവും
സൂര്യനിൽ ചാർത്തി.
ഒരിക്കൽത്തിലഹോമസദ്യ
കഴിഞ്ഞു പാത്രം കഴുകുവാനായ്,
കുളപ്പുരയിൽ കണ്ട ദാസിക-
ളിത്രയും ചൊല്ലി.

3

"മതിൽക്കെട്ടിലവൻ പ്രദക്ഷിണ
വഴിയിൽ നിന്നും ദൂരെ മാറി-
പ്പുലച്ചാത്തൻ വെച്ചു സേവ-
ക്കളത്തിൽ കണ്ടേൻ.
മടിക്കുത്തിൽ തൊട്ടുനോക്കി,
വിരൽത്തുമ്പു കടിച്ചുനോക്കി,
മണിച്ചുണ്ടിൽ കാറ്റിനെക്കൊ-
ണ്ടുമ്മ വെപ്പിച്ചു.
പ്രതികരിക്കാതവൻ ശിലയായ്
പരിണമിച്ചതു പ്രണയമല്ലി-
ത്തറയിൽ വാഴും ഹൈമവതിയുടെ
മിഴികളറിയിച്ചു."
തൊഴുതു തൊഴുതു നടന്നൊടുക്കം
പ്രതിമയായതു,മതിൻ നെഞ്ചിൽ
പ്രളയജലധി ജപിച്ചുകെട്ടിയ
പൂക്കൾ വാടിയതും,
അവളറിഞ്ഞി,ല്ലപ്രമേയത
വന്നുതൊട്ടി,തുണർത്തിയിട്ടും
വരുംവരുമെന്നുള്ള കൊതിയാൽ
പിന്നെയും കാത്തു.

4

ഇപ്രകാരം കഥാപരിണതി-
യെന്നുകണ്ടാകാം, യവനിക
തൊട്ടു താഴത്തോളമെത്തി-
നമസ്ക്കരിക്കുമ്പോൾ,
    ശിലാവിഗ്രഹമെന്നധാരണ
    മാറ്റുവാനും മതിൽക്കെട്ടിനു
    വെളിയിൽ വന്നു നിലാവു നോക്കി-
    പ്പാട്ടുപാടാനും
ഒരുക്കം ഞാനെന്നു ചൊല്ലി-
ക്കിറുക്കൻ തീവണ്ടി തട്ടി-
പ്പരിക്കോടെ രക്ഷപെട്ടോ-
രൊന്നരക്കാലൻ,
    കറുത്തേടത്തംബുജാക്ഷൻ
    കൂവളത്തിൻ ചോട്ടിൽ നിൽപ്പൂ
    ശരിക്കും ഞാ,നവൻ തന്നെയി-
    തെന്നു വന്നാലോ?

35

ചായ

മിൽമാപാലിനുവിലയേറുകയാൽ
മിണ്ടാൻ പാടില്ലെന്നുണ്ടോ?
മധുരം ഹാനികരംതാനെന്നോ
ചിരിവിരിയാത്തൊരു സ്വീകരണം
വിയർപ്പുതീരെയുമരുതെന്നതിനാൽ
തണുത്തുവിളറിയ പ്രതികരണം.
ഉള്ളുനിറഞ്ഞുതുളുമ്പാഞ്ഞിട്ടോ
വെള്ളഗ്ലാസിലരച്ചായ
വേണ്ടും മട്ടിലരിക്കാഞ്ഞതിനാൽ
മട്ടും കരടുമടിത്തട്ടിൽ.
ചുണ്ടിലെറുമ്പുകടിച്ചതുനേരോ
പഞ്ചാരച്ചതിയാരറിവൂ!
ഒന്നോ രണ്ടോ വാക്കുകൾ പൂത്തു,
പിന്നെയശേഷം പത മാത്രം.
ഒറ്റവലിക്കുകുടിച്ചാൽ ദാഹം
മുറ്റിയൊരാർത്തിപ്പണ്ടാരം
പതയും കരടും നീക്കിനുണഞ്ഞാൽ
കൊതിയൻ ബുദ്ദൂസെന്നാകും
മുന്നിലിരിക്കും കുസൃതിച്ചായയി-
തെന്നെ വലയ്ക്കുകയാണല്ലോ.
മെല്ലെ വലിച്ചുകുടിച്ചാലും ചില
ചില്ലറസൊല്ലകളുണ്ടല്ലോ.
പാത്രം കഴുകാമെന്നുനിനച്ചാൽ
സൂത്രക്കാരനിതെന്നാമോ?
കുടിച്ചപാത്രമതേപടിവെച്ചാൽ
ചൊടിക്കുമോ നിൻവ്രതശുദ്ധി.
ഉപയോഗിച്ചു വലിച്ചെറിയാനോ
മടി,യെന്നുള്ളുവിലക്കുന്നു.

ഗ്ലാസുതിരിച്ചുകൊടുക്കുന്നേരം
മോതിരവിരലിൽത്തൊട്ടാലോ;
കടമിഴിമുനയിൽ കടന്നലിളകി
കാര്യം ചളപിളയായാലോ?
മുക്കാൽപങ്കും കുടിച്ചുതീർന്നി-
ട്ടൽപ്പം ഗ്ലാസിൽ ശേഷിച്ചു.
എന്നിട്ടും നാവില്ലാമാത്രകൾ
സ്വർണനഖത്താൽ നുള്ളുമ്പോൾ
സംസാരിക്കാൻ വിരുതില്ലെന്നൊരു
മുൻകൂർജാമ്യമെടുത്താലോ?
ഒന്നും മിണ്ടാതങ്ങനെ സായം-
സന്ധ്യതുടുത്തു പരുങ്ങുമ്പോൾ,
ഒറ്റവലിക്കാഗ്ലാസിന്നടിയിലെ
മട്ടും പതയുമകത്താക്കി,
പത്തരമാറ്റൊരു ചിരിപാസാക്കി-
പ്പുഷ്പിത കവിതമടങ്ങുമ്പോൾ,
പിന്നിൽനിന്നിതു മാത്രംകേട്ടു
പൊന്നും തേനുമിണങ്ങിയപോൽ.
"എല്ലാം നിന്റെ വെറും തോന്നലുകൾ
എന്നേ നിന്നിലലിഞ്ഞവൾഞാൻ.
എന്തിനധീരത, പോന്നോളൂ, ഈ
ചന്ദനവിരലിൽ തൊട്ടോളൂ.
അടിമുടി മായാ വൈദ്യുതി പങ്കി-
ട്ടകദീപങ്ങൾ തെളിച്ചോളൂ."

36

ഭഗവാൻ ശിവബോധിയും ദേവി തങ്കമ്മയും

അന്തരീക്ഷത്തിൽ ശിവ-
ലിംഗങ്ങൾ തുപ്പും ദൈവം
പല്ലുവേദനയാലേ
കരഞ്ഞുപിടയുന്നു.
ഭക്തരാശ്രമത്തിനു
ചുറ്റിലും ചുര മാന്തി
നഗ്നദൈവത്തെ ശാപ-
ത്തീയിനാൽ പൊതിയുന്നു
ഇന്ത്യയെക്കണ്ടെത്തുവാൻ
സൂര്യന്റെ ജടയ്ക്കുള്ളിൽ
ഇന്ദ്രിയാതീതജ്വാല
തിരഞ്ഞ ധിക്കാരങ്ങൾ,
ദേവതാരുക്കൾ ധ്യാന
മൂർഛയിൽ കത്തും രുദ്ര-
ഭൂമിയിൽ വേദാരണ്യ-
ത്താമര മുളപ്പിച്ചോർ,
ഫാക്ടറിപ്പുക വടു
കെട്ടിയ ജന്മം ചാരി
രാക്ഷസകാമങ്ങളെ
ക്കല്ലെറിഞ്ഞോടിച്ചവർ,
അവർ തന്നോർമ്മത്തിങ്ക-
ളാറ്റുവെള്ളത്തിൽ വീണു
നവസന്ത്രാസപ്പുകി-
ലോർത്തോർത്തു ചാഞ്ചാടുമ്പോൾ
ആലയിൽക്കരുവാനാ-
യഞ്ചെട്ടുകൊല്ലം മുന്നം
കാലത്തു തൊട്ടേ ചുട്ടു-
തല്ലുന്ന ചെല്ലപ്പനെ,

മുരുകൻ ശരീരത്തു
കൂടിയശേഷം വസ്ത്ര-
രഹിതൻ ഭഗവാനായ്
മാത്രമേ കണ്ടിട്ടുള്ളു

2

ചന്ദ്രലേഖയും ഞാനു-
മൊരുമിച്ചാകസ്മിക-
സങ്കടങ്ങളിൽ മിണ്ടി
പ്പുണർന്ന ശരൽക്കാലം
യന്ത്രമോഹിനി, രാഗ-
ച്ചൊവ്വയിൽ, കുംഭച്ചൂടിൽ
പെൺമണം പൂക്കും യക്ഷ
ഹൃദയം തിരയുമ്പോൾ,
തെല്ലുമേ പൂർവാശ്രമ
ക്കയ്പുനീരില്ലാക്കർമ്മ-
സന്ധിയിൽ, പ്രണയത്തിൻ
ചന്ദ്രമാനുദിപ്പിച്ചോർ,
കാലത്തിൻ കനൽപ്പാല-
ച്ചുവട്ടിൽ രുദ്രാണിയാം
കാമുകി, മായപ്പഴം
കാണിച്ചു മോഹിപ്പിക്കെ,
താൻതന്നെ പണിതീർത്ത-
ശൂലവും കൈയിൽപ്പിടി-
ച്ചേതു നേരത്തും ചോര-
ക്കണ്ണനായ് മന്ത്രം തുപ്പി,
'ഭഗവാൻ ശിവബോധി'-
യിരിപ്പൂ; ശ്രീവള്ളിയാ-
യരികത്തുലയൂതി-
ത്തളർന്ന തങ്കമ്മയും

3

ശിഖണ്ഡിപുരത്തേയ്ക്കു
പായുന്നു പാവം ഗംഗ
അഖണ്ഡകാമം ജപി-
ച്ചശ്ലീലച്ചിരിയോടെ.
സിദ്ധചാരണയക്ഷ

കിന്നരറിയാലിറ്റി-
ക്കൊറ്റന്മാർ ലതാമദ്യം
തുളുമ്പും താളപ്പാത്രം,
ത്യാഗരാജനുനേരെ
നീട്ടുമ്പോൾത്തഞ്ചാവൂരെ-
ത്തായില്ലം 'നിധിചാല
സുഖ'മെന്നുണർത്തുമ്പോൾ,
തേളുകൾ ത്രിപുണ്ഡ്രങ്ങൾ
വരച്ചനെറ്റിക്കാട്ടിൽ
സീതയെ രാമായണ
ച്ചിതയിൽക്കിടത്തുമ്പോൾ,
ദേവിയാം തങ്കമ്മതൻ
നഗ്ന രംഗങ്ങൾ പുത്തൻ
സിഡിയിൽപ്പരദേശ-
ത്തയച്ചു പണം കൊയ്തോൻ,
ഭഗവാൻ, പോലീസിന്റെ
പിടിയിൽ; ജനത്തിന്റെ
ചിരിയിൽ 'ജഗന്മിഥ്യാ'-
നാട്യങ്ങളലിഞ്ഞുപോയ്.

4

കൊടുത്തും കൊണ്ടും നമ്മ
ളീശ്വരന്മാരോടത്ര-
യ്ക്കടുത്തു നേരേനോക്കി-
ത്തർക്കിച്ച സായാഹ്നങ്ങൾ;
യമുനാതീരം തൊട്ടു
ഭാരതപ്പുഴയോളം
കപടാത്മാക്കൾ വന്നു
സ്വസ്തികച്ചിരി നട്ടു.
നേരിന്റെ കരൾകണ്ടി
ച്ചവസാനത്തെത്തുള്ളി-
ച്ചോരയും വിൽക്കും ചെട്ടി-
ച്ചന്തകൾ മുടിയട്ടെ.
ഈ വിധം ചിന്തി,ച്ചാഷാ-
ഢച്ചിരി മക്കൾ,വെയിൽ-
ക്കാമുകർ, കിഴക്കിന്മേൽ
വെളിച്ചം തളിക്കുമ്പോൾ.

അവർക്കു മുന്നിൽക്കൂടി
ബ്ഭഗവാൻ ശിവബോധി
നടന്നുനടന്നേപോയ്
നീലവാനിന്മേലേറി.
പിറകേ ശ്രീവള്ളിയാം
തങ്കമ്മ; കാവിപ്പുറ്റി-
ലുറയൂരിയ കള്ളി-
പ്പാമ്പുകൾ പിന്നാലെയും.
നാടകം തീരാനഞ്ചു
നിമിഷം മാത്രം സൂത്ര-
ധാരനുണ്ടരങ്ങത്തു
വന്നിദം മൊഴിയുന്നു

ഭരതവാക്യം
സൂകരപ്പണ്ടാരങ്ങൾ
സാക്ഷിയായ് നിൽക്കെപ്പക-
യൂറുമീ ഹിമാലയ
മൊരുനാൾ തീകത്തിക്കും.
മഞ്ഞുപാളികൾ വെടി
യുപ്പുപോൽ പൊട്ടും, പ്രാണ-
ഗന്ധകം കത്തും, ദൈവ-
മാളങ്ങൾക്കിടിവെട്ടും.
അപ്പൊഴും കടലുപ്പു
കുറുക്കുമൊരു പാവം
വൃദ്ധന്റെ നെഞ്ചിൽ വെടി
യുണ്ടകൾ പൂവിട്ടേക്കാം.
അവിടേയ്ക്കാകാശത്തെ-
ത്താഴ്ത്തുവാൻ, മൗനം പൊട്ടി-
വിരിയാൻ പണ്ടേ നമ്മൾ
നട്ടതീ, കനൽത്തെച്ചി.

37

പട്ടാമ്പിക്കാരനാം ഖാദർ

ആരിത്! പുസ്തകം കത്തിച്ച പട്ടാമ്പി-
ക്കാരനാം ഖാദറേ സൗഖ്യമല്ലേ?
രണ്ടുകൊല്ലം മുമ്പു നമ്മൾ പുലാമന്തോൾ
ചന്തയിൽക്കണ്ടു പിരിഞ്ഞതല്ലേ?

മീനുകൾ ചത്തുമലയ്ക്കും കുളംപോലെ,
നേരില്ലാപ്പച്ച തൻ കൂമ്പുപോലെ,
ദൂരേയ്ക്കു നോക്കി നഖം കടിക്കുന്നു നീ
ദാവീദുപേക്ഷിച്ച കിന്നരം പോൽ.

ഭരണവും സമരവും പ്രണയവും തെയ്യവും
പലതരം പാരയും പാവക്കൂത്തും
ഇടയിടെ നെന്മാറ വേലയ്ക്കൊരുങ്ങലും
മധുരം പെരുത്ത സുലൈമാനിയും
നിറമുള്ള മത്സരച്ചതികളും ചർച്ചയും
മഴയില്ലാമാനവും സൈനബയും
കലഹങ്ങളും പൂത്ത സമയപാത്രത്തിലെ
തലതിരിഞ്ഞാടുന്ന പെൻഡുലം നീ.

2

വിധവയാം വി കെ സുമിത്രയെ പ്രണയിച്ചു
പകുതിയും ശമ്പളം കൈക്കലാക്കി,
പതിവായി ബാറിലെ കുതിരലായങ്ങളിൽ
കുളയട്ടയാകും നിൻ ധർമ്മബോധം
പതിവുപോൽ നി,ന്നേകലോചനം, ചെണ്ടയിൽ
ത്രിപുടകൾ പൂവിടും സായന്തനം.
അവസരവാദിയാം നിന്റെ സിരകളെ
പുണരുന്നതിപ്പൊഴും നീലരക്തം.
ഉപദേശം മതിയെന്ന പരിഹാസം പുരികത്തിൽ
പ്രതിഷേധ നോട്ടീസ് പതിക്കയാവാം.

അറിയാത്ത പിള്ള, നിൻ കാലിന്മേൽ നക്കുന്നു
സുറിയാനിച്ചേലുള്ള കാട്ടുചേമ്പ്
ഒരു വാക്കും മിണ്ടാത്തതെന്താണു ഖാദറേ
മരുതിന്മേൽ ചെമ്പകം പൂക്കുമെന്നോ?
ഒരുമിച്ചു പണ്ടുനാം സാരനാഥത്തിലെ
സ്ഥലവിസ്മയങ്ങൾ പകുത്ത മക്കൾ.

3

ബഹളംവെ,ച്ചാളേ വിളിക്കുവാൻ ബസ്സിലെ-
ക്കിളിയല്ലതാനെന്ന ഭാവമാകാം.
ഇനിയുമു,ണ്ടഞ്ചാറു സ്റ്റോപ്പുകൾ അതുവരെ
കൃഷിയെക്കുറിച്ചാകാം ചർച്ചയെന്നോ?

വിളവെല്ലാം പാട്ടേമുടിഞ്ഞിതാ ജപ്തിയാം
കൊടുവാൾ മുളയ്ക്കുന്നു വയലിറമ്പിൽ
മരമെല്ലാം കട്ടുമുടിച്ച നിന്നോടെന്തു
മഴയുടെ മറിമായം വിസ്തരിക്കാൻ!

നബിവചനംപോലും കത്തിച്ചകേമൻ നീ
ബഹറിനിലേയ്ക്കു പറക്കുമെന്നോ?
വിധവയോ,ടഹിതം പുലർത്തിയനിന്നേക്കാൾ
ചതുരക്കള്ളിക്കേറും ചാരുഭാവം.

സിലബസ്സിലില്ലാത്ത ചോദ്യത്തിനു മുന്നിൽ
വിളറിത്തളർന്ന സുലേഖയേപ്പോൽ,
അകലെപ്പുലാമന്തോൾ സായന്തനത്തിന്റെ
അടിവയറ്റത്തൊരു പെൺമറുക്.
അതുമെല്ലെമെല്ലെച്ചുവക്കുന്നതുംനോക്കി
ആടിമാസത്തിലെപ്പാൽനിലാവ്.

4

പിന്നെയും കാണാമെന്നോതിക്കരംവീശി-
ക്കുന്നിലിരുട്ടിൽ മറഞ്ഞു ഖാദർ
പള്ളിപ്പറമ്പിലടയ്ക്കാ മരത്തിന്മേൽ
ചുമ്മാതിടിക്കുന്നു നേർച്ചമുട്ടൻ.
അരുതെ, ന്നതിനെ,പ്പതുക്കെവിലക്കുന്നു.
*[1] ചെറുകാടിനെത്തൊട്ട മൗലവിമാർ.
അളിവേണിയോടഴൽപങ്കിട്ടചേങ്കില
കരളോടു ചേർക്കുന്നു ഹൈദരാലി*[2]

---

*1 ചെറുകാട്. *നമ്മളൊന്ന് നാടകം* രചിച്ച പ്രമുഖ എഴുത്തുകാരൻ

*2 ഹൈദരാലി- മതനിരപേക്ഷതയുടെ മഹനീയഭാരത പ്രതീകമായിരുന്ന അനശ്വര കഥകളി ഗായകൻ കലാമണ്ഡലം ഹൈദരാലി.

38

നഗര നക്തഞ്ചരം

ഉച്ചക്കിറുക്കുകൾ കൂട്ടിപ്പിണച്ചൊരാൾ
പത്രം പണിയുമൊരാൾത്തിരക്കിൽ
'അൽപ്പം സ്ഥലമെനി'ക്കെന്നു കൈകൂപ്പുന്നു
മദ്യദുരന്തം വിതച്ച നീചൻ;
ഭക്തൻ, മഹാശിവഗോപുരം തീർക്കുവാൻ
ലക്ഷങ്ങൾ കോരിയൊഴിച്ച കേമൻ
വേണ്ടതംഗീകാരമൊന്നു മാത്രം, വന്നു
വാങ്ങുക നീ പുരസ്കാരം.
ഉള്ളും പുറവുമൊരുപോലഴകെഴും
പെണ്ണിൻ നെടുവീർപ്പുറഞ്ഞതുപോൽ
ചില്ലലമാരയെ പ്രാകിത്തുലയ്ക്കുന്നു
വല്ലായ്മകൾപെറ്റ പുസ്തകങ്ങൾ.
കോടികൾ കാൽനീട്ടി വാങ്ങുമവിശുദ്ധ
മോഹിനിതൻ മുഖച്ചിത്രം
ഉമ്മവെച്ചുമ്മവെച്ചുന്മാദിയായ്‌വന്ന-
ബന്ധുവാം പത്മവിഭൂഷൺ,
പഞ്ചനക്ഷത്രത്തടവിൽ സിറിഞ്ചിലൂ-
ടന്നം നുകർന്നുകിതച്ചു.
റീത്തുകൾ ചാനൽ മിഴികളിലേയ്ക്കുറ്റു-
നോക്കീ പ്രതീക്ഷകളോടെ.
എത്രയോ ക്ലബ്ബുകൾ തൻ ഭാരമീ ക്ലീബ-
പുത്രൻ വഹിച്ചിരുന്നായകാലം.
പുഷ്പചക്രങ്ങൾ തൻ ഭാരം പൊറുക്കുവാ-
നൊട്ടുനാൾ തൊട്ടേ പരിശീലനം.
പട്ടിൽപ്പൊതിഞ്ഞ വിശിഷ്ടഭോജ്യം, തന്റെ
തൊട്ടുമുന്നിൽ സഞ്ചരിക്കെ,
പാർക്കിൽ പുലരി നടത്തം സുഖകരം
ഓർക്കിലിതല്ലോ സുകൃതം,

ഇപ്രകാരം ചൊറിഞ്ഞാത്മീയത, സഭാ
വസ്ത്രത്തിനുള്ളിൽ മുരണ്ടു,
സ്വാശ്രയസ്ഥാപനശ്രേയസിനാൽപ്പുത-
ച്ചാശ്രമശ്രീതന്നജവിലാപം.
നീന്തൽക്കുളത്തിൻ കരയ്ക്കിന്ദ്രിയക്കൊറ്റി
ശാന്തമിളവെയിൽ കാഞ്ഞു.
ഒന്നു തകർത്തുപെയ്താലുമനാശാസ്യ
മൺസൂൺ മുലകളേ നിങ്ങൾ.

39

സാറും പെണ്ണും ഡോക്ടറും അറിയുവാൻ

മതിലുചാടും സാറിനോടും
മരംകേറും പെണ്ണിനോടും
മധുരയിൽ നിന്നെത്തി നിത്യം
പരിചരിക്കും ഡോക്ടറോടും
ഒരു സ്വകാര്യം; നിങ്ങളെന്നെ
തടവിൽ നിന്നും വിട്ടയച്ചാൽ
ഇതിലുമുചിതൻ വേറൊരാളെ-
പകരമായ് നൽകാം; അവനിൽ
സകലമാന പരീക്ഷണങ്ങളു-
മെപ്പൊഴും തുടരാം; അവനി-
ല്ലൊരുവരോടും പരിഭവങ്ങളി-
തെന്നറിഞ്ഞാലും.

നിരൂപകാങ്കം

കവിതയിൽപ്പുതു രാസവിരുതുക-
ളർഥരഹിത സമാസകേളികൾ,
മലമലീമസമായ ടെക്നോ-
ക്കുസൃതികൾ, വ്യഭിചാരമിത്തുക-
ളപ്രകാശിത ഗർഭപരിസര-
നഗ്ന സിംഫണികൾ; എല്ലാം
വെച്ചു കെട്ടുകിലൊറ്റ വാക്കു-
മെതിർത്തു മിണ്ടാക്ലീബപണ്ഡിത-
മണ്ടനാമൊരു രജകവാഹന-
നവനെ ഞാൻ തരുവേൻ; പകരം
ദുർബലായുധനാകുമിവനെ
വിട്ടയച്ചാലും സാറി-
ന്നിഷ്ടമിയലും മട്ടുതുടരാ-
മാഭിചാരങ്ങൾ.

പ്രണയാങ്കം

മരംകേറും മധുരമൊഴി നീ
എന്നെ വിട്ടേക്കൂ; നിന്നിൽ
ശരംപോലെ പടർന്നു കയറി-
ത്താളുപോലെ തളർന്നു ചിതറും
മരങ്ങോടൻ കോഴിവാലൻ
ചീരയായ്പ്പിരിയാൻ;
ലാബിലെ ടെസ്റ്റ്യൂബുപോലെ,
രാവിലത്തെച്ചായപോലെ,
പ്രഥമകാര്യങ്ങൾക്കിണങ്ങും
പ്രണയമല്ലാ ഞാൻ; എന്നെ
തുടലഴിച്ചു വിടുന്നുവെന്നാൽ
തുണിയുടുക്കാൻ തന്നുവെന്നാൽ
പകരമായൊരു പല്ലു തേക്കാ-
പ്പരമനെത്തരുവേൻ; അവനെ
പെണ്ണെഴുത്തിനു പേനയായും
പേനെടുക്കാൻ വിളക്കായും
*കന്നിമേരാച്ചന്തവരെയൊരു
കാവൽനായായും
ഉപകരിക്കാം, അനുസരിക്കാൻ
മടിക്കുമ്പോളഴിക്കുള്ളിൽ
വന്ധ്യതയ്ക്കു നിവാരണത്തിനു
ജന്തുശാസ്ത്രഗവേഷണത്തി-
ന്നന്തകത്തിരുവിത്തുവിതറും
ചിന്നവീടാക്കാം; അതിനാ-
ലെന്നെ വേഗം വിട്ടയയ്ക്കുക
പൊന്നിലും പൊന്നേ.

ഗവേഷകാങ്കം

മധുരയിൽ നിന്നെത്തി നിത്യം
പരിചരിക്കും ഡോക്ടറേ, ഞാൻ
തവ ഗവേഷണ വികൃതിയേൽക്കും
തള്ളമുയലല്ലാ; നാനാ-
തരം രാസപരീക്ഷണത്തിനു
താടിമീശ വടിച്ചുമാറ്റി-
പ്പുറംലോകത്തെത്തുവാനാ-
യിരുമ്പഴികൾ കരണ്ടു തോൽക്കും

* തിരുവനന്തപുരം പാളയത്തെ പ്രസിദ്ധമായ ചന്ത

വെറും വെള്ളെലിവർഗമല്ലാ,
കാട്ടുപ്രാവല്ലാ, മുറിയിൽ
നാലുമൂലയിലും നടന്നു
മണത്തു ഭിത്തിയിൽ മെയ്യുരുമ്മി-
ക്കാണികൾക്കു ഹരംപകർന്നൊരു
ഗിനിപ്പോർക്കല്ലാ; എന്നെ-
ക്കാളുമിതിനനുയോജ്യനായിരു-
കാലെഴുന്നൊരു സൂകരത്തെ-
ക്കാലമാടാ, നിന്റെ മുന്നിൽ
കാഴ്ചവെക്കുന്നേൻ; അവനെ
കുത്തിവെക്കാം, തൊലി പൊളിക്കാം
ചെവിയിലൂതാം, വായിൽ വിരലുക-
ളിട്ടു പല്ലുകളെണ്ണി നോക്കാം
മഷി കുടിപ്പിക്കാം.
വൃത്തരഹിതക്കവിത ചൊല്ലി
ഷോക്കടിപ്പിക്കാം; പിന്നെ
കുട്ടികൾക്കും കെട്ടിയോൾക്കും
ആനയായ് മുതുകിൽക്കരേറി-
ക്കെട്ടിമറിയാം; പ്രതികരിക്കി-
ല്ലൊട്ടുമീത്തടിയൻ; പകരം
മൂവരും ചേർന്നെന്നെ വേഗം
വിട്ടയച്ചാലും; നിങ്ങൾ
സാദരം ഈ തുടലുരുക്കി-
ക്കവിത പണിതാലും.

40

കണ്ണിമേറയും തിരുഹൃദയപ്പെണ്ണും

കാണുന്ന കാണുന്ന കുട്ടയിൽ നിന്നൊക്കെ
കയ്യിട്ടുവാരുന്ന കങ്കാണിമാർ,
പല്ലില്ലാവായയും പാലില്ലാച്ചായയും
പയ്യാരം തുപ്പും മുതുക്കന്മാർ,
തീരെ മനുഷ്യപ്പറ്റില്ലാത്തോർ,
തീരദേശത്തുള്ള കുമ്പാരിമാർ;
ഇവരുടെ കൂട്ടത്തിലെങ്ങനെ നീ
സൊരുമിച്ചുപോകുന്നു തിരുഹൃദയം?
    കൊളച്ചൽതൊട്ടുള്ള ചെല്ലങ്ങളോരോന്നു
    വെളച്ചിലെടുത്തു മണത്തുവരും
    മീൻകുട്ടവീശി ഞാൻ പുശുമവറ്റയെ
    വേളാങ്കണ്ണിക്കു പറഞ്ഞയയ്ക്കും
    പത്രാസുകാരനെൻ സിൽവസ്റ്ററെപ്പോലും
    ഒറ്റനോട്ടത്തിലൊതുക്കിനിർത്തും.
വലതു ചന്തിക്കുമേൽ കൈലിമുണ്ടിത്തിരി
അരവശം ചേർത്തുചെരിച്ചുകുത്തി
ചെരുവം തുളുമ്പനെ വട്ടക്കണ്ണിപ്പാര
തലയിലെടുത്തിടം കൈവീശി,
'കണ്ണിമേറാ'ച്ചന്തനോക്കിക്കുതിക്കുമ്പം
കണ്ണിറുക്കുന്നു കറുത്തബൈജു.
"പിൻഭാരം സ്വാമിശരണം" എന്നിങ്ങനെ
പിന്നിൽ നിന്നൊരുളുമ്പുവാക്കും.
തക്കവും തായവും ഒക്കാനക്കൊണ്ടിവൾ
ഒക്കെക്കൊരട്ടത്തുവെച്ചുപോന്നു.
    ചന്തപിരിഞ്ഞന്തിനേരം മടങ്ങുമ്പം
    പന്തുവന്നെന്റെ കളത്തിൽവീണു.
    ഓട്ടോയിൽച്ചാരി വെടലച്ചിരിയുമായ്
    ഓക്കാനംവരും നോക്കുംനോക്കി

ആശാൻ പ്രതിമയ്ക്കടുത്തൊരു സെറ്റുമായ്
വീശി നിൽക്കുന്നു ചെതുമ്പുചെക്കൻ.
“അമ്മേനെക്കെട്ടിച്ച നോട്ടമിതെന്തര്
തെമ്മാടി”യെന്നിവൾ ചോദിക്കുമ്പം
“നീ പോടീ”യെന്നു പറഞ്ഞുതീരും മുമ്പേ
നേരെ കവാലത്തൊരൊറ്റപ്പൂശൽ
കൈവീശിവീശിക്കുരിശടിയിൽവന്ന്
കത്തും തിരിയിന്മേൽ കൈമുത്തിച്ചു
വഴിയൊട്ടും തെറ്റാണ്ടിരിക്കാനൊരഞ്ചാറു
തിരിതന്നു മാതാവനുഗ്രഹിച്ചു.

41

മലനാട്ടിലെ ഒരു കർഷകൻ കൂടി.....

വാതിൽതുറന്നിട്ടൊരാദരങ്ങൾദയാ-
രൂപിയാം നേരിനെ മുന്നിൽ നിർത്തി,
എന്റെയീ സ്വപ്നകവചമിരക്കുവാൻ
പിന്നെയും വന്നു പരിഭവിക്കെ,
ചോദിച്ചതെല്ലാം സ്വയം സമർപ്പിക്കുമീ
ഭാവുകത്വങ്ങൾ മിഴിത്തുമ്പിനാൽ
നേദിക്കരുതീ യശാന്തിയെന്നാകുമോ
തീരെപ്പതുക്കെ വിലക്കിടുന്നു.
ദാനങ്ങളെല്ലാമസുരപാത്രങ്ങളി-
ലാകയാൽ തീർഥം തിളച്ചു
ദാഹങ്ങളെല്ലാമശുദ്ധഗാത്രങ്ങളി-
ലാകയാൽ ഭാഗ്യം ശപിച്ചു.
എപ്പൊഴും തേരൊരു നാലുവിരൽതാണു
നിൽക്കലേ ശീലമെന്നാർത്തു.
തൊട്ടുമുന്നിൽക്കാണുമീ മഞ്ഞുപാടങ്ങ-
ളെത്ര കാലം ഞാൻ വിതച്ചുകൊയ്യും.
നാണ്യവിളകളേ നല്ലതെന്നാദിത്യ
സൂതരാം ഞാറുകൾ പോലും.
കൈത്തോടിൻവക്കത്തു കള്ളച്ചിരിയുമായ്
കാഴ്ച ചുവപ്പിച്ച പൂക്കൈതയും
ആമാടപ്പെട്ടിതൻ താക്കോൽ വിരൽത്തുമ്പി-
ലലസം ചുഴറ്റുമെൻ നേർപെങ്ങളും
വാനില,താനുചിതം നിനക്കെ,ന്നില-
വാതിൽ മറഞ്ഞുചിലച്ചു.
തൊട്ടുമുന്നിൽ വിണ്ടുകീറുമീരോഷങ്ങ-
ളെത്രകാലം ഞാനുഴുതുപോറ്റും.
വിത്തും വളവും കലപ്പയും കാളയും
മുത്തിച്ചുവപ്പിച്ച കൊയ്ത്തുപാട്ടും

നാണ്യവിളകളേനല്ലതെന്നാർക്കുമ്പോൾ
ഞാൻ തനിച്ചെന്നു തിരിച്ചറിയെ,
മാമുനിമാരാൽ പരിത്യക്തമാമൊരു
മന്ത്രം പതുക്കെപ്പടിയിറങ്ങി.
പാതാളവാതിൽ തുറന്നു വന്നെത്തിയ
പാപങ്ങളാനിഴലേറ്റുവാങ്ങി
ഭൂതകാലസ്മിതരാം ശീതമുത്തികൾ
ഭൂതിവസ്ത്രം പുതപ്പിച്ചു
ജ്ഞാനമാണിക്യ മഹാചന്ദ്രമൂർത്തികൾ
ഗാനശുശ്രൂഷകളാർന്നു.

www.ingramcontent.com/pod-product-compliance
Lightning Source LLC
LaVergne TN
LVHW060408051026
849518LV00007B/2494